ഗ്രീൻ ബുക്സ്

ടി. പത്മനാഭന്റെ കഥ
ടി.എൻ. പ്രകാശിന്റെ തിരനാടകം

ടി.എൻ. പ്രകാശ്

കഥാകൃത്ത്, നോവലിസ്റ്റ്.
1955 ഒക്ടോബർ 7ന് കണ്ണൂരിലെ വലിയന്നൂരിൽ ജനനം.
പള്ളിക്കുന്ന് ഗവ. ഹയർ സെക്കൻഡറി സ്കൂൾ അധ്യാപകനായിരുന്നു.
കണ്ണൂർ ജില്ലാ വിദ്യാഭ്യാസ ഓഫീസറായി റിട്ടയർ ചെയ്തു.

അബുദാബി ശക്തി അവാർഡ്, ചെറുകഥാ ശതാബ്ദി അവാർഡ്,
ജോസഫ് മുണ്ടശ്ശേരി അവാർഡ്, വി.ടി. ഭട്ടതിരിപ്പാട് അവാർഡ്,
എസ്.ബി.ടി. സാഹിത്യ പുരസ്കാരം, കേരള സാഹിത്യ അക്കാദമി അവാർഡ്,
മയിൽപ്പീലി പുരസ്കാരം, അറ്റ്ലസ് കൈരളി പുരസ്കാരം,
എക്സലന്റ് അവാർഡ് എന്നിവ ലഭിച്ചിട്ടുണ്ട്.

നിരവധി കഥാസമാഹാരങ്ങളും നോവലുകളും പ്രസിദ്ധീകരിച്ചു.
തെരഞ്ഞെടുത്ത കഥകൾ - ടി.എൻ. പ്രകാശ് (കഥകൾ),
ചന്ദന (നോവലെറ്റുകൾ), *നക്ഷത്രവിളക്കുകൾ* (ഓർമ്മ),
തണൽ, കൈകേയി (നോവലുകൾ), പച്ചമഷിക്കാലം (സർവീസ് സ്റ്റോറി)
എന്നീ കൃതികൾ ഗ്രീൻ ബുക്സ് പ്രസിദ്ധീകരിച്ചു.

ടി. പത്മനാഭന്റെ കഥ
ടി.എൻ. പ്രകാശിന്റെ തിരനാടകം

ടി.എൻ. പ്രകാശ്

ഗ്രീൻ ബുക്സ്

green books private limited
little road, ayyanthole, thrissur- 680 003
ph: 0487-2361038
website: www.greenbooksindia.com
e-mail: info@greenbooksindia.com

(malayalam)
t. pathmanabhante katha
t.n. prakashinte thiranatakam
(play)
by
t.n. prakash

first published august 2014

cover design : rajesh chalode

branches:
thrissur 0487-2422515
palakkad 0491-2546162
kannur 0497-2763038

isbn : 978-81-8423-340-7

GBPL/587/2014

ഉള്ളടക്കം

മകൻ, ഭയം, നാടകം, തിരനാടകം

ടി. പത്മനാഭൻ

കണ്ണൂർ ആകാശവാണി നിലയം എന്റെ നാടായ പള്ളിക്കുന്നിലാണ്. ഞാൻ കളിച്ചുവളർന്ന സ്ഥലമാണെന്നു പറഞ്ഞാലും തെറ്റില്ല. ജയിലിലെ വാർഡർമാരുടെ കുട്ടികളോടൊപ്പം... വീണ്ടും അതെഴുതുന്നില്ല. പലവട്ടം പ്രസംഗിക്കുകയും എഴുതുകയും ചെയ്തതാണ്.

എന്റെ കഥകളായ 'മകനും' 'ഭയവും' ആകാശവാണിക്കാർ നാടകമാക്കുന്നു എന്നു കേട്ടപ്പോൾ സത്യത്തിൽ എനിക്കു പേടിയുണ്ടായിരുന്നു. വെറും സംഭാഷണങ്ങളിലൂടെ, ഇടയ്ക്കുയരുന്ന പശ്ചാത്തലസംഗീതത്തിലൂടെ ആ കഥകളെ റേഡിയോയ്ക്കുവേണ്ടി അവതരിപ്പിക്കാനാവുമോ എന്ന സന്ദേഹം. പക്ഷേ, എനിക്ക് ടി.എൻ.പ്രകാശിലും എസ്. രാധാകൃഷ്ണനിലും വിശ്വാസമുണ്ടായിരുന്നു. മുമ്പൊരിക്കൽ കണ്ണൂർ നിലയത്തിലെ സ്റ്റുഡിയോയിലെത്തി ഞാനവരുടെ നാടകം കേട്ടിരുന്നു. നാടകോത്സവത്തിൽ അവതരിപ്പിക്കുന്ന നാടകമായിരുന്നു അത്. അതിൽ ഞാൻ ബഹുമാനിക്കുന്ന സിനിമാനടനായ ശ്രീ നെടുമുടി വേണുവാണ് ശബ്ദം നല്കിയിരുന്നത്. പ്രകാശിന്റെ രചനയും രാധാകൃഷ്ണന്റെ സംവിധാനവും നടീനടന്മാരുടെ ശബ്ദവിന്യാസവും പശ്ചാത്തലസംഗീതവും എന്നെ അത്യധികം ആകർഷിച്ചിരുന്നു. ഒരുപക്ഷേ, ഏറെ കാലത്തിനുശേഷം ഞാൻ കേട്ട നാടകമായിരിക്കും അത് എന്നതുകൊണ്ടായിരിക്കും.

അതുംകഴിഞ്ഞാണ് 'മകൻ' എന്ന എന്റെ കഥയെ അടിസ്ഥാനപ്പെടുത്തി ഇതേ ടീം തയ്യാറാക്കി അവതരിപ്പിച്ച നാടകം ഞാൻ കേൾക്കുന്നത്. അതിനുശേഷം ശ്രീ. ഉണ്ണിക്കൃഷ്ണന്റെ സംവിധാനത്തിൽ അവതരിപ്പിച്ച 'ഭയ'വും. അത്രയൊന്നും വലിയ സൗകര്യമില്ലാത്ത, താരതമ്യേന തുടക്കക്കാരായ, എന്റെ സ്വന്തം നാട്ടിലെ നിലയത്തിൽനിന്ന് കേരളമെമ്പാടും ആവർത്തിച്ചവതരിപ്പിച്ച നാടകങ്ങൾ എന്നെ ഏറെ തൃപ്തനാക്കിയിരുന്നു.

പിന്നീടാണ് ഞാനെന്റെ കഥകളുടെ തിരനാടകങ്ങൾ ഭാഷാപോഷിണിയിലും കലാകൗമുദിയിലും വായിക്കാനിടയായത്. അതും എന്നെ ആഹ്ലാദിപ്പിച്ചു എന്നു പറയുന്നതിൽ അഭിമാനമേയുള്ളൂ. ഇപ്പോഴിതാ ഗ്രീൻ ബുക്സിലൂടെ പുസ്തകമായും... നല്ലതുവരട്ടെ. എല്ലാവർക്കും എല്ലാറ്റിനും...

പള്ളിക്കുന്ന്
01-04-2014 ■

ടി. പത്മനാഭന്റെ കഥകൾ, എന്റെ നാടകങ്ങൾ

ടി.എൻ. പ്രകാശ്

കഥയെന്ന മാധ്യമത്തോട് സമ്പൂർണമായി നീതി പുലർത്തുന്നതാണ് ടി. പത്മനാഭൻകഥകൾ. അതൊരിക്കലും മറ്റു മാധ്യമങ്ങൾക്ക് വഴങ്ങാൻ ഇഷ്ടപ്പെടാത്തതുമാണ്. അപൂർണതയിൽ എവിടെയോ വിസ്മയകരമായി പൂർണമാകുന്ന ആ കഥകളെ മറ്റൊരു മാധ്യമത്തിന്റെ വരുതിയിൽ വരുത്താമെന്നു കരുതുന്നതുപോലും അതിസാഹസമാണ്. എനിക്കു മുന്നെ കടന്നുപോയ പലരും ഈ സാഹസത്തിന് ഒരുമ്പെട്ടിട്ടുണ്ട്. അവരൊക്കെ കാലിടറി വീഴാൻ പോയിട്ടുമുണ്ട്. അത്രമാത്രം പ്രതിഭയും അതിലേറെ ഇച്ഛാശക്തിയും ഉള്ളവർപോലും മറ്റൊരു മാധ്യമത്തിലേക്ക് പത്മനാഭൻകഥകളെ മാറ്റിപ്പണിയുമ്പോൾ അതെങ്ങനെയായിത്തീരും എന്ന് അവർക്കുപോലും ഊഹിക്കാൻ കഴിയാതിരുന്ന അവസ്ഥ ഉണ്ടായിട്ടുണ്ട്.

ഇതൊക്കെ അറിയാവുന്ന ഒരാളായിട്ടും ഞാനീ സാഹസത്തിന് മുതിർന്നത് മൂന്നു കാരണങ്ങൾകൊണ്ടാണ്. ഒന്ന്; പത്മനാഭൻ കഥകളോടുള്ള ഇഷ്ടം. രണ്ട്; എന്റെ കൈക്കുറ്റപ്പാടുകൊണ്ട് എന്തെങ്കിലും സംഭവിച്ചുപോയാൽത്തന്നെ അതു ക്ഷമിക്കാനുള്ള ഹൃദയവൈപുല്യം പത്മനാഭനുണ്ട് എന്ന ഉത്തമബോധ്യം. മൂന്ന്; ആകാശവാണി കണ്ണൂർ നിലയത്തിലെ നാടകവിഭാഗം കൈകാര്യം ചെയ്യുന്നവരുടെ നിർബന്ധം. ഇതിന്റെയൊക്കെ അനന്തരഫലമാണ് 'മകൻ, ഭയം' എന്നീ രണ്ട് കഥകൾ നാടകമായി അവതരിപ്പിക്കുന്നത്. 'മകനി'ലെ അമ്മയെ കോഴിക്കോട് ശാന്താദേവി അവതരിപ്പിച്ചപ്പോൾ 'ഭയ'ത്തിൽ അണിനിരന്നത് കണ്ണൂർ നിലയത്തിലെ അതിപ്രഗത്ഭരായ കലാകാരന്മാരായിരുന്നു. എസ്. രാധാകൃഷ്ണൻ സംവിധാനം ചെയ്തതിന്റെ മികവും തിളക്കവും 'മകന്' പരഭാഗശോഭ അണിയിച്ചപ്പോൾ ടി.കെ. ഉണ്ണിക്കൃഷ്ണൻ ചെയ്ത 'ഭയ'ത്തിന് ആദിമധ്യാന്തം ചൂഴ്ന്നുനില്ക്കുന്ന ഭീതിയുടെ

തണുപ്പ് നിലനിർത്താൻ കഴിഞ്ഞു എന്നത് വേറിട്ടൊരു പ്രത്യേക തയായിരുന്നു.

നാടകങ്ങൾ റേഡിയോയിലൂടെ കേട്ട ശ്രോതാക്കൾ പറഞ്ഞത്, അവരീ നാടകങ്ങൾ കേൾക്കുകയല്ല, മറിച്ച് കാണുകയായിരുന്നു എന്നതാണ്. എനിക്ക് അഭിമാനിക്കാൻ കഴിയുന്ന അഭിപ്രായമായി രുന്നു അത്. ഞാൻ നാടകമായല്ല ഈ രണ്ട് കഥകളേയും മാറ്റി യത്. തിരനാടകമായിട്ടായിരുന്നു. ശ്രവ്യശേഷിയുടെ പരിമിതികൾ ഉല്ലംഘിച്ചുകൊണ്ട് കാഴ്ചയുടെ ഒരുതലം കൂടി ഈ രണ്ടുനാടക ങ്ങൾക്കും ഉണ്ടാക്കി. ചുരുക്കത്തിൽ കേൾവിക്കാർ കാണികളാകുന്ന മെസ്മറിസം ഈ രണ്ടു നാടകങ്ങളിലും സംഭവിച്ചു. സംവിധായ കരുടെ മിടുക്കിന് നന്ദി! ഇതു പറയാൻ മറ്റൊരു കാരണംകൂടിയുണ്ട്. ആകാശവാണി നാടകോത്സവത്തിനടക്കം എന്റെ കഥകൾ മാറ്റി ഒരു ഡസനിലേറെ നാടകങ്ങൾ ഞാൻ ചെയ്തിട്ടുണ്ട്. അതിൽ സർവശ്രീ പി.കെ. രാഘവനും നെടുമുടിവേണുവും ശബ്ദംകൊണ്ട് അനു ഗ്രഹിച്ച് 'മഞ്ഞുമൂടിയ മലമുടികൾ' എന്ന എന്റെ ആദ്യത്തെ റേഡിയോ നാടകം മാത്രമേ കേൾവിക്കപ്പുറമുള്ള ഒരു ദൃശ്യാനു ഭവം എനിക്കു നൽകിയിട്ടുള്ളൂ.

'മകനും' 'ഭയവും' തിരനാടകമായി രചിച്ച എനിക്ക് നാടകം പ്രക്ഷേപണത്തിനെത്തി ഏറെ കഴിയുംമുമ്പെ ആനുകാലിക ങ്ങളിൽ പ്രസിദ്ധീകരിക്കാനും കഴിഞ്ഞു. 'മകൻ' ഭാഷാപോഷിണി യിലും 'ഭയം' കലാകൗമുദിയിലും. അക്ഷരങ്ങളിലൂടെ തിരനാടകം അറിഞ്ഞവർ അവരുടെ സന്തോഷം അറിയിക്കാതിരുന്നില്ല. പ്രത്യേകിച്ച് പത്മനാഭൻകഥകളുടെ എക്കാലത്തേയും ആരാധകർ. വായനയുടെ പല ഘട്ടങ്ങളിലും അവർ പത്മനാഭൻകഥകളുടെ ആർദ്രതയും വിഷാദവും വിങ്ങലും വീർപ്പുമുട്ടലും അനുഭവിച്ചു എന്നു പറഞ്ഞപ്പോൾ എനിക്ക് എന്നെക്കുറിച്ച് വല്ലാതെ അഭിമാനം തോന്നിയിരുന്നു. ഒറ്റയ്ക്ക് ഗൃഹപാഠം ചെയ്ത ഒരു കുട്ടി സ്കൂളി ലെത്തി തെറ്റോ ശരിയോ എന്നറിയാതെ അധ്യാപകന്റെ മുന്നിൽ വിറച്ചുനില്ക്കുമ്പോൾ അനുമോദനം ഏറ്റുവാങ്ങുന്ന ഒരു അവസ്ഥ.

രണ്ട് വ്യത്യസ്ത തലങ്ങളിലുള്ള കഥകളാണ് തിരനാടകത്തി നായി തെരഞ്ഞെടുത്തിട്ടുള്ളത്. നേരെചൊവ്വെ, ഒരു ആലങ്കാര മില്ലാതെ എഴുതപ്പെട്ട കഥ– മകൻ. അതിൽ ഉപമകളോ, ഉൽപ്രേക്ഷ കളോ, നിറച്ചാർത്തുകളോ ഒന്നുമില്ല. ഒരു വൃദ്ധദമ്പതികളുടെ ഉണക്കുമരംപോലെ വേഗത്തിൽ കത്തിത്തീരുന്ന ജീവിതം. അവിടെ എഴുന്നുനിൽക്കുന്നത് ഒരേ ഒരു വികാരം. തങ്ങളിൽനിന്ന് എന്നേ ക്കുമായി അകന്നുപോയ മകനെക്കുറിച്ചുള്ള ആധി. ഇതിന്റെ മറു പുറത്താണ് 'ഭയം'. ഏതു രീതിയിലും വ്യാഖ്യാനിക്കാവുന്ന ഒരു

ഫാന്റസി കഥ. പത്മനാഭൻ വളരെക്കുറച്ച് ഫാന്റസി കഥകൾ മാത്രമേ രചിച്ചിട്ടുള്ളൂ. അതിൽ ഇന്നേവരെ ദർശിച്ചിട്ടില്ലാത്ത അജ്ഞാതനായൊരു വില്ലനെ കുടിയിരുത്തി വായനക്കാരെ ഭീതിയുടേയും ആകാംക്ഷയുടേയും കുന്തമുനയിൽ നിർത്തുന്ന ഒരു കഥ. ഭയപ്പാടോടെയാണ് 'ഭയ'ത്തിൽ ഞാൻ കൈവച്ചത്. എഴുതിത്തീർന്നപ്പോൾ ആ ഭയം എന്നിൽത്തന്നെ അലിഞ്ഞില്ലാതായി.

സൗകര്യത്തിനുവേണ്ടി മകൻ, ഭയം എന്നീ കഥകൾകൂടി തിരനാടകത്തിന്റെ ഒപ്പമുണ്ട്. രണ്ട് മാധ്യമങ്ങൾ തമ്മിലുള്ള വൈജാത്യങ്ങൾ തിരിച്ചറിയാൻ മാത്രമല്ല കഥകൾ ഉൾപ്പെടുത്തുന്നത്. എന്റെ പരിമിതികൾ എന്തെങ്കിലുമുണ്ടെങ്കിൽ, പ്രിയപ്പെട്ട വായനക്കാർക്ക് ചൂണ്ടിക്കാട്ടാൻ കൂടിയാണ്. ഇങ്ങനെയൊരു നിർദ്ദേശം മുന്നോട്ടു വെച്ചപ്പോൾ അതിനെ സർവാത്മനാ പിന്തുണച്ച കൃഷ്ണദാസിനും ഗ്രീൻബുക്സ് കുടുംബാംഗങ്ങൾക്കും എന്റെ നന്ദി.

വലിയന്നൂർ
01-04-2014

■

മകൻ

ഏറെ നേരത്തെ മൗനത്തിനുശേഷം ഭാര്യ വീണ്ടും ചോദിച്ചു:

"നിങ്ങൾ അവനെ കണ്ടില്ലേ—?"

വീട്ടിലെത്തിയശേഷം ഒന്നിലധികം തവണ ഭാര്യ ഈ ചോദ്യം അയാളോട് ചോദിച്ചു കഴിഞ്ഞിരുന്നു. അപ്പോഴൊക്കെ അയാൾ മകനെ കണ്ട വിവരം അവരോട് പറയുകയും ചെയ്തിരുന്നു. 'ഇനി ഞാൻ എന്താണ് പറയേണ്ടത്?' അയാൾ വിചാരിച്ചു.

'അല്ലെങ്കിൽ എന്തുതന്നെ പറഞ്ഞാലാണ്...'

'കേൾക്കുമോ?'

'കേട്ടാൽത്തന്നെ, മനസ്സിൽ പതിയുമോ?'

അയാൾ സങ്കടത്തോടെ തലയാട്ടി.

വയ്യ, വയ്യ...

മകന്റെ ഭാര്യയുടെ അനുജത്തിയുടെ കല്യാണത്തിൽ പങ്കുകൊള്ളാൻ അകലെയുള്ള തീർത്ഥാടനനഗരിയിലെ ക്ഷേത്രത്തിൽ പോയ അയാൾ ഒരു പകൽ മുഴുവൻ നീണ്ടുനിന്ന യാത്രയ്ക്കുശേഷം തിരിച്ചെത്തിയതായിരുന്നു.

അയാൾ അവരുടെ ക്ഷീണിച്ച കൈകൾ സ്വന്തം കൈയിലെടുത്ത് തലോടിക്കൊണ്ടിരുന്നു. പേശികളുടെ ശക്തിയൊക്കെ തീർത്തും വേർപെട്ട്, ഞരമ്പുകൾ അവിടവിടെ പൊന്തിവന്ന കൈകൾ ദുർബലമായിരുന്നു; മരിച്ചുപോയ ഒരാളുടെ കൈകളെപ്പോലെയായിരുന്നു. ചോരയുടെ ചൂടോ പ്രകാശമോ ഒന്നുമില്ലാതെ...

ഭാര്യ കണ്ണടച്ചുകിടന്നു.

അയാൾ കസേര ഒന്നുകൂടി അവരുടെ അടുത്തേക്ക് നീക്കിയിട്ടു.

പുറത്ത് സന്ധ്യയുടെ മിനുക്കം പതുക്കെപ്പതുക്കെ കുറഞ്ഞുവരികയും ഇരുട്ട് ചുറ്റും വേഗത്തിൽ വ്യാപിക്കയും ചെയ്തു.

അയാൾ മുറിയിൽ വിളക്ക് തെളിച്ചുവച്ചു. അത് ഒരു പഴയ വീടായിരുന്നു. അവിടെ ഇലക്ട്രിക് ലൈറ്റോ പൈപ്പ് വെള്ളമോ ഒന്നു

മുണ്ടായിരുന്നില്ല. എങ്കിലും അവിടത്തെ മുറികളിൽ നല്ല വായുസഞ്ചാര മുണ്ടായിരുന്നു. അവിടെ ഒരിക്കലും ഇരുട്ട് കട്ടപിടിച്ച് കിടന്നിരുന്നില്ല. ആഴമേറിയ കിണറ്റിൽ എപ്പോഴും വെള്ളമുണ്ടായിരുന്നു. മാവും പിലാവും തെങ്ങും പുളിയുമൊക്കെയുള്ള വിശാലമായ പറമ്പിന്റെ നടുവിൽ കാലത്തിന് സംഭവിച്ച ഓരോർമത്തെറ്റുപോലെ ആ വീട് നിന്നു.

അയാൾ എന്തോ ഓർത്തിട്ടെന്നപോലെ പൊടുന്നനെ ചോദിച്ചു:

"ഇന്നലെയും ഇന്നും മരുന്ന് കഴിച്ചില്ലേ?"

ഭാര്യ ഒന്നും പറയാതിരുന്നപ്പോൾ അയാൾ എഴുന്നേറ്റ് ഷെൽഫിന്റെ അരികെ ചെന്ന് അവിടത്തെ മരുന്നുകുപ്പികളൊക്കെ പരിശോധിച്ചു. എന്നിട്ട് വളരെ മൃദുവായി വീണ്ടും പറഞ്ഞു:

"ഞാൻ പറഞ്ഞതു കേട്ടില്ലേ? മരുന്നു കഴിച്ചുവോ എന്ന്?"

അപ്പോഴും അവർ ഒന്നും പറഞ്ഞില്ല.

ഭാര്യ ഉറങ്ങുകയല്ല എന്ന് അയാൾക്കറിയാമായിരുന്നു.

വീണ്ടും ചോദിക്കാൻ അയാൾക്ക് മനസ്സു വന്നില്ല.

മകന്റെ കുട്ടിക്കാലത്തെ ഒരു ചിത്രം ചുമരിലുണ്ടായിരുന്നു—അവൻ പത്താം ക്ലാസ് പാസ്സായപ്പോളെടുത്തത്. ആ ചിത്രത്തിലേക്കുതന്നെ നോക്കിയിരുന്നപ്പോൾ അത് പതുക്കെ ചലിക്കുന്നുണ്ടെന്ന് അയാൾക്ക് തോന്നി. നോക്കിയിരിക്കേ മകൻ പതുക്കെ ചിത്രത്തിൽനിന്ന് പുറത്തു വന്നു. മകൻ പറഞ്ഞു: "അച്ഛാ, ഇന്ന് 'സ്കോളർ ജിപ്സി'." എന്നിട്ട് ഒരു പിറന്നാളിന് താൻ അവന് സമ്മാനമായി കൊടുത്ത 'പാൽഗ്രേവി'ന്റെ 'ഗോൾഡൻ ട്രഷറി' അയാളുടെ കൈയിൽ വെച്ചുകൊടുത്തു. അയാൾ പുഞ്ചിരിച്ചുകൊണ്ട് പുസ്തകം പകുത്ത് മാത്യു ആർനോൾഡിന്റെ പ്രസിദ്ധമായ ആ കവിത ഉറക്കെ വായിക്കാൻ തുടങ്ങി...

പോവുക, ഇടയാ, കുന്നിൻമുകളിൽനിന്ന്

ഇതാ നിന്നെ അവർ വിളിക്കുന്നു, പോവുക.

വൈകാതെ അയാളും മകനും ആ കവിതയിൽ ലയിച്ചുചേർന്നു. ഒടുവിൽ 'സ്കോളർ ജിപ്സി' തീർന്നപ്പോൾ മകൻ പറഞ്ഞു:

"ഇനി എലിജി."

അയാൾ പറഞ്ഞു:

"നാളെ പോരെ?"

അവൻ പറഞ്ഞു:

"പോരാ; ഇന്നുതന്നെ വേണം."

അയാൾ അപ്പോൾ ചിരിച്ചുകൊണ്ട് പറഞ്ഞു:

"എന്നാൽ നീതന്നെ വായിക്ക്. ഞാൻ കേൾക്കാം."

അവന്റെ മധുരവും ആർദ്രവുമായ ശബ്ദം അവിടെയെങ്ങും പ്രതിധ്വനിച്ചപ്പോൾ അയാൾക്ക് അത്ഭുതവും സന്തോഷവും തോന്നി. കവിത വായിച്ചുതീരുന്നതുവരെ മകനെ അയാൾ നിർന്നിമേഷനായി നോക്കി നിന്നു.

പിന്നീട് അയാൾ അവനോട് പറഞ്ഞു:

"വാ, നമുക്ക് നടക്കാൻ പോകാം."

ഞാൻ നിനക്ക് ഇന്ന് രാത്രി സ്കോളർജിപ്സി നടന്നുപോയ വയലുകളും മൈതാനങ്ങളുമൊക്കെ കാണിച്ചുതരാം.

'ഗ്രേ'യുടെ ഗ്രാമത്തിലെ പഴയ പള്ളിയും സെമിത്തേരിയും അവിടത്തെ കുഴിമാടങ്ങളുമൊക്കെ....'

അപ്പോൾ അയാളുടെ ഭാര്യ പൊടുന്നനെ ചോദിച്ചു:

"ആരോടാ സംസാരിക്കുന്നത്?"

അയാൾ ഞെട്ടി.

അയാൾ വീണ്ടും ചുമരിലെ ചിത്രത്തിൽത്തന്നെ നോക്കിയിരുന്നു.

അത് വളരെ പഴയ ഒരു ചിത്രമായിരുന്നു. അവൻ ഒരു കുട്ടിയായിരുന്നപ്പോൾ... അതിനുശേഷം കാലമെത്രയോ കഴിഞ്ഞിരിക്കുന്നു. അവൻ വളരെ മിടുക്കനായി പഠിച്ച് വളർന്ന് വലിയ ഉദ്യോഗസ്ഥനുമായി. കല്യാണവും കഴിഞ്ഞ് രണ്ടു കുട്ടികളുടെ അച്ഛനുമായി. ഇപ്പോൾ...

അയാൾ ഞെട്ടലോടെ തന്നോടുതന്നെ ചോദിച്ചു:

'ഇപ്പോൾ അവൻ എവിടെയാണ്? ജർമനിയിലോ? ഇംഗ്ലണ്ടിലോ? അമേരിക്കയിലോ?'

അതുതന്നെ അറിയില്ലല്ലോ!

പണ്ട്, ആളുകളോട് അഭിമാനത്തോടെ പറയാറുണ്ടായിരുന്നത് അയാളോർത്തു:

"ഇവൻ എന്റെ മകൻ മാത്രമല്ല, എന്റെ ഏറ്റവും അടുത്ത ചങ്ങാതി കൂടിയാണ്!"

അവനെ വളർത്തിയത് അങ്ങനെയായിരുന്നല്ലോ! അവനോട് എന്നും പെരുമാറിയത് അങ്ങനെയായിരുന്നല്ലോ!

എന്നിട്ട് ഇപ്പോൾ...

ആളുകൾ ചോദിക്കുന്നു:

"മകൻ ഇപ്പോൾ എവിടെയാ? വരാറേയില്ല? കണ്ടിട്ട് കുറേയായി...'

അയാൾക്ക് അവരോട് ഒന്നും പറയാൻ കഴിയുന്നില്ല.

എവിടെയാണെന്ന് വ്യക്തമായി അയാൾക്കുമറിയില്ലല്ലോ!

ഇടയ്ക്ക് എപ്പോഴെങ്കിലുമായി ഒരു ഡ്രാഫ്റ്റ് വരുന്നു. പക്ഷേ, അയാൾക്ക് വേണ്ടത് പണമല്ലല്ലോ. പണത്തിന് ഒരിക്കലും അയാൾ ആവശ്യപ്പെട്ടില്ലല്ലോ.

തീരെ സഹിക്കാൻ വയ്യാതാവുമ്പോൾ ദാഹിച്ചു വലഞ്ഞ ഒരുവന് വെള്ളം കിട്ടിയാലുള്ള ആർത്തിയോടെന്നപോലെ മകൻ പണ്ട് അവന്റെ കല്യാണത്തിന്നു മുമ്പ് അയച്ചിരുന്ന എഴുത്തുകളിൽ ഏതെങ്കിലുമൊന്നെടുത്ത് അയാൾ വീണ്ടും വായിക്കുന്നു. ഭാര്യ അതു കണ്ട് സന്തോഷത്തോടെ, "അവന്റെ എഴുത്താ? എപ്പോഴാ വന്നത്?"എന്നു ചോദിക്കുമ്പോൾ എന്തു പറഞ്ഞാണ് അവളെ...?

അയാൾ മകന്റെ ചിത്രത്തിലേക്ക് നോക്കി ഖേദത്തോടെ പറഞ്ഞു:

"എനിക്കൊന്നും മനസ്സിലാകുന്നില്ല.... ഒന്നും മനസ്സിലാകുന്നില്ല...."

മകന്റെ ഭാര്യയുടെ അനുജത്തിയുടെ കല്യാണത്തിന് പോകാൻ സത്യത്തിൽ അയാൾക്ക് വളരെയൊന്നും താത്പര്യമുണ്ടായിരുന്നില്ല. അവർ വന്ന് ക്ഷണിച്ചിട്ടില്ല. ഒരു കത്തയച്ചിട്ടേ ഉണ്ടായിരുന്നുള്ളു എന്നതുകൊണ്ടൊന്നുമായിരുന്നില്ല. പഴയതുപോലെയൊന്നും യാത്രചെയ്യാൻ ഇപ്പോൾ വയ്യ. അയാൾക്കും വയസ്സാവുകയാണല്ലോ. പ്രായത്തിന്റെ അവശതകളിൽനിന്ന് അയാളും മുക്തനല്ലല്ലോ. ഇതിനൊക്കെ പുറമേ, ഭാര്യയുടെ ഇന്നത്തെ നിലയിൽ തനിച്ചാക്കി—വേറൊരാൾ വീട്ടിലുണ്ടെങ്കിൽപോലും—രണ്ടു ദിവസത്തിന് പുറമേ പോകാൻ അയാൾ ഇഷ്ടപ്പെട്ടില്ല. ആരുടെ കല്യാണമായാലും ശരി.

പക്ഷേ, ഭാര്യ അത് സമ്മതിച്ചില്ല.

ഭാര്യ പറഞ്ഞു:

"പോകണം. പോയില്ലെങ്കിൽ മോശമാണ്. പിന്നെ രണ്ടു ദിവസത്തേക്കല്ലേ? രണ്ടു ദിവസത്തിനുള്ളിൽ ഇവിടെ ഒന്നും..."

ഭാര്യയുടെ മനസ്സിലെന്താണെന്ന് അയാൾക്കറിയാമായിരുന്നു.

തീർച്ചയായും മകൻ അവിടെയുണ്ടാകും, എന്തു തിരക്കാണെങ്കിലും. പിന്നെ തിരക്കൊക്കെ ഭാര്യയുടെ വീട്ടിലെ കാര്യത്തിനാകുമ്പോൾ...

അയാൾ അങ്ങനെ ആലോചിച്ചുനില്ക്കേ ഭാര്യ വീണ്ടും പറഞ്ഞു:

"പോകണം."

അങ്ങനെയാണ് പോയത്.

പക്ഷേ, അവിടെ ചെന്നപ്പോൾ വരേണ്ടിയിരുന്നില്ല എന്നും തോന്നി. ബന്ധുവീട്ടുകാർ ഉപചാരങ്ങൾ ചെയ്യാത്തതുകൊണ്ടൊന്നുമായിരുന്നില്ല. അയാൾക്കെന്നല്ല, ക്ഷണം സ്വീകരിച്ചുവന്ന സകലർക്കും അവിടത്തെ വലിയ ഹോട്ടലുകളിൽ എല്ലാ സൗകര്യങ്ങളും ഏർപ്പാടുചെയ്തിരുന്നു. അയാളോട് അവർ പ്രത്യേക അടുപ്പം ഭാവിക്കുകയും ചെയ്തിരുന്നു.

"എന്നാലും എട്ടത്തി വന്നില്ലല്ലോ" എന്ന സങ്കടവും മകന്റെ ഭാര്യയുടെ അച്ഛൻ പരസ്യമായി പ്രദർശിപ്പിക്കുകയുണ്ടായി. മകനും അയാളുടെ മുമ്പിൽ ഭവ്യതയോടെ നിന്നു. പക്ഷേ, ഇതൊക്കെയായിട്ടും... താൻ ഇവിടെ ഒരധികപ്പറ്റാണ് എന്ന് അയാൾക്ക് തോന്നി. അവിടത്തെ എയർ ക്കണ്ടീഷൻഡ് മുറികൾ, വലിയ കാറുകൾ, സില്ക്കിലും പൊന്നിലും കുളിച്ചുനിന്ന ചായംപുരട്ടിയ സ്ത്രീകൾ, അയാൾക്ക് തികച്ചും അപരി ചിതമായ ഒരു ലോകത്തെക്കുറിച്ച് സംസാരിച്ച അവരുടെ ഭർത്താ ക്കന്മാർ... ഇവരുടെയൊക്കെ നടുവിൽ അയാൾക്ക് ശ്വാസംമുട്ടുന്നതു പോലെ തോന്നി.

രാത്രി, തിരക്കൊക്കെയൊഴിഞ്ഞപ്പോൾ, അയാൾ മകനെയും കൂട്ടി വെളിയിലേക്കിറങ്ങി. വിളിച്ചപ്പോൾ എന്തെങ്കിലും ഒഴികഴിവ് പറഞ്ഞേ ക്കുമോ എന്ന സംശയമുണ്ടായിരുന്നു. പക്ഷേ, അങ്ങനെയൊന്നുമുണ്ടാ യില്ല.

തെരുവുകളിൽ തിരക്ക് കുറഞ്ഞുവരികയായിരുന്നു. അയാൾ പലതും ഓർത്തുകൊണ്ട് പതുക്കെ നടന്നു. ഇടയ്ക്ക് അയാൾ മകന്റെ മുഖത്തേക്ക് നോക്കുന്നുണ്ടായിരുന്നു. മകന്റെ മുഖം അയാൾക്കറിയാൻ കഴിയാത്ത വണ്ണം മാറിപ്പോയിരുന്നു. വേണ്ടതിലധികം ഇപ്പോൾത്തന്നെ തടിച്ചുകഴി ഞ്ഞിട്ടുള്ള മകന്റെ ശരീരത്തിൽ കൊഴുപ്പ് അവിടവിടെ അടിഞ്ഞു കൂടി യിരുന്നു.

ഏറെ നേരം രണ്ടുപേരും ഒന്നും സംസാരിച്ചില്ല. അയാളുടെ ഉള്ളിൽ സങ്കടവും ദേഷ്യവുമുണ്ടായിരുന്നു സങ്കടമായിരുന്നു കൂടുതൽ. അയാൾ വിചാരിച്ചു: ഇവൻ എന്റെ മകൻ, ഞാൻ സ്നേഹിച്ച് വളർത്തിയ എന്റെ മകൻ, ഇപ്പോൾ എന്നെയും ഇവന്റെ അമ്മയേയുമൊക്കെ മറന്ന്... അയാൾക്ക് മകനോട് പലതും ചോദിക്കണമെന്നുണ്ടായിരുന്നു.

നിനക്കെന്തുപറ്റി—? നീ ഞങ്ങൾക്ക് ഒരു കത്തെഴുതിയിട്ട് കാല മെത്രയായി? നീ ഞങ്ങളെ കാണാൻ വന്നിട്ട് കാലമെത്രയായി—? എപ്പോഴെങ്കിലുമായി നീ ഒരു ഡ്രാഫ്റ്റയക്കുന്നുണ്ട് എന്നത് ശരിതന്നെ. പക്ഷേ, ഞങ്ങൾക്ക് വേണ്ടത് നിന്റെ പണമല്ലല്ലോ! നിന്നോട് ഞങ്ങൾ ഒരിക്കലും പണത്തിന് ആവശ്യപ്പെട്ടിട്ടില്ലല്ലോ! എന്നെ ഏറ്റവും നല്ലതു പോലെ അറിയുന്നവനാണല്ലോ നീ—ഞാൻ എപ്പോഴെങ്കിലും പണ ത്തിനുവേണ്ടി ആശിക്കുന്നത് നീ കണ്ടിട്ടുണ്ടോ—? സ്കൂൾമാസ്റ്ററെന്ന നിലയ്ക്കുള്ള എന്റെ ശമ്പളവും പറമ്പിലെ പഴയ തെങ്ങുകളിൽനിന്നു കിട്ടുന്ന ചെറിയ ആദായവുംതന്നെ എനിക്ക് ധാരാളം മതിയായിരുന്നല്ലോ! ഞാനതിൽ ഏറ്റവും സംതൃപ്തനുമായിരുന്നല്ലോ!

നീ പഠിക്കാൻ കോളേജിൽ പോയപ്പോൾ....പണത്തിന് മുട്ടുള്ള ചില സന്ദർഭങ്ങളുണ്ടായിരുന്നു. പക്ഷേ, അതൊന്നും നിന്നെ ഞങ്ങൾ ഒരിക്കലും അറിയിച്ചില്ല. നിന്റെ ഒരാവശ്യവും നിറവേറ്റാതിരിക്കയും

ചെയ്തില്ല. നീ ഇവിടത്തെ പഠിപ്പൊക്കെ കഴിഞ്ഞ് സ്കോളർഷിപ്പോടെ വെളിയിലേക്ക് പോയപ്പോൾ... അപ്പോഴും ഒരില്ലായ്മയും നിന്നെ അറിയിച്ചില്ലല്ലോ. ഞങ്ങൾ മുണ്ട് മുറുക്കിയുടുത്ത്....

നീ ജീവിതത്തിന്റെ ഓരോ പടവും കയറിപ്പോയപ്പോൾ ഞങ്ങളെത്ര സന്തോഷിച്ചു! നിന്റെ അമ്മയും ഞാനും.

ഇനി നിന്റെ കല്യാണത്തെക്കുറിച്ചാണെങ്കിൽ... ഇപ്പോഴും ചിലരെങ്കിലും വിചാരിക്കുന്നുണ്ട് പണം വാങ്ങിയാണ് ഈ കല്യാണം ഞാൻ നടത്തിച്ചത് എന്ന്. അവരെ കുറ്റംപറയാനും വയ്യ. നിന്റെ ഭാര്യവീട്ടുകാർ പണക്കാരാണ്. ഇപ്പോഴത്തെ നാട്ടുനടപ്പ് അങ്ങനെയാണുതാനും. പക്ഷേ, സത്യം നീ അറിയുമല്ലോ. നിന്റെ ഇഷ്ടം അറിഞ്ഞപ്പോൾ ഞങ്ങൾക്ക് വാസ്തവത്തിൽ വിഷമമുണ്ടായിരുന്നു. എന്തിനാണ് ഇത്ര വലിയവരുടെ അടുക്കൽ... പക്ഷേ, ഞങ്ങളത് പുറത്തു കാണിച്ചില്ല. ഞങ്ങൾ വിചാരിച്ചു, നിന്റെ സന്തോഷമാണ് ഞങ്ങൾക്ക് വലുത്. അതു മാത്രമേ ഈ ജീവിതത്തിൽ... അതിനുവേണ്ടിയാണല്ലോ ഇത്രയും ക്ലേശിച്ച്... ഇതുവരെ...

നിനക്ക് ഇതൊക്കെ കേൾക്കുമ്പോൾ വിഷമം തോന്നുന്നുണ്ടോ? ഉണ്ടെങ്കിൽ എന്നോട് ക്ഷമിക്കുക. ഞാനിനി അധികമൊന്നും പറയുന്നില്ല. പക്ഷേ, ഒന്നുകൂടി...

നിന്റെ ഭാര്യ എത്ര തവണ ഞങ്ങളുടെ, എന്നുവെച്ചാൽ നിന്റെ തന്നെ വീട്ടിൽ വന്നിട്ടുണ്ട്? അവിടെ താമസിച്ചിട്ടുണ്ട്? അങ്ങനെയൊക്കെ ചില മര്യാദകളില്ലേ?

നിന്റെ കുട്ടികൾ... നിന്റെ അമ്മയും ഞാനും അവരെ ശരിക്ക് കണ്ടിട്ടുതന്നെയുണ്ടോ?

ഇങ്ങനെയൊരച്ഛനുമമ്മയും നാട്ടിൽ നിനക്കുണ്ടെന്ന് നീ എപ്പോഴെങ്കിലും അവരോട് പറഞ്ഞിട്ടുണ്ടോ?

നിന്റെ ഭാര്യ പറഞ്ഞിട്ടുണ്ടാകുമോ?

ഇതൊക്കെയായിരുന്നു അയാളുടെ മനസ്സിൽ. അല്ല, ഇതു മാത്രമല്ല, വേറെയും പലതുമുണ്ടായിരുന്നു. ജീവിതത്തിൽ ഒരിക്കലെങ്കിലും ഇതൊക്കെ ഉറക്കെ വിളിച്ചു ചോദിക്കണമെന്നും അയാൾ വിചാരിച്ചു.

പക്ഷേ, അയാൾ ഒന്നും ചോദിച്ചില്ല.

നീ വീട്ടിലേക്ക് വരില്ലേ, നിന്റെ അമ്മയെ കാണണ്ടേ എന്നുപോലും.

എന്തോ, അയാൾക്കതൊന്നും കഴിഞ്ഞില്ല.

ഹോട്ടലിൽ തിരിച്ചെത്തിയപ്പോൾ അയാൾ ഇത്രമാത്രം പറഞ്ഞു:

“നാളെ രാവിലെ കല്യാണം കഴിഞ്ഞ ഉടനെതന്നെ ഞാൻ പോകും.”

മകൻ അറച്ചുകൊണ്ട് ചോദിച്ചു.

"സദ്യയ്ക്ക് നില്ക്കില്ലേ?"

അയാൾ ചിരിച്ചു.

രാത്രി അയാൾക്ക് ഉറങ്ങാൻ കഴിഞ്ഞില്ല. അയാൾ അതൊക്കെ ഓർത്ത് ഭാര്യയുടെ ക്ഷീണിച്ച കൈകൾ തടവിക്കൊണ്ടിരുന്നു.

പുറത്ത് ഇരുട്ടിന്റെ ശക്തി കൂടിക്കൊണ്ടിരുന്നു. വൃക്ഷത്തലപ്പുകളിൽ മിന്നാമിനുങ്ങുകൾ നൃത്തം വയ്ക്കുന്നുണ്ടായിരുന്നു.

അയാളുടെ ഭാര്യ പൊടുന്നനെ അയാളുടെ കൈ അമർത്തിപ്പിടിച്ച് കണ്ണിലേക്ക് ഉറ്റുനോക്കിക്കൊണ്ട് പറഞ്ഞു:

"എപ്പോഴാണ് അവൻ വരിക?"

"നാളെ വരുമോ?"

ഭാര്യയുടെ ശബ്ദത്തിൽ ഭീതിയുണ്ടായിരുന്നു. എങ്കിലും അത് ദൃഢവുമായിരുന്നു.

അങ്ങനെ ഒരിക്കലും അവൾ അയാളോട് സംസാരിച്ചിരുന്നില്ല.

അയാൾക്ക് ഭയം തോന്നി.

ഭാര്യ വീണ്ടും ചോദിച്ചു:

"പറയൂ, അവൻ നാളെ വരില്ലേ—?"

അയാൾ പറഞ്ഞു:

"നാളെ എങ്ങനെയാണ് വരാൻ കഴിയുക? അവിടെ അവന്ന് എന്തൊക്കെ...."

ഭാര്യ പറഞ്ഞു: "അപ്പൊ പിന്നെ എപ്പോഴാ വരിക?"

അയാൾ ഒന്നും പറയാതെ നിന്നപ്പോൾ അവർ സംശയത്തോടെ ചോദിച്ചു:

"ഇനി വരില്ല എന്നുണ്ടോ?"

ശത്രുക്കളുടെ കൈയിൽപ്പെട്ട് പിടയുന്ന ഒരു പക്ഷിയുടെ ചിറകടി പോലെയുണ്ടായിരുന്നു അവരുടെ ശബ്ദം.

അയാൾ പൊടുന്നനെ പറഞ്ഞു:

"വരും; മൂന്നോ നാലോ ദിവസം കഴിഞ്ഞ്... തീർച്ചയായും വരും."

ഭാര്യയുടെ കൈ പതുക്കെ അയഞ്ഞു. അവർ പറഞ്ഞു:

"എനിക്കറിയാം അവൻ വരുമെന്ന്. എനിക്കറിയാം..."

അവരുടെ മുഖത്ത് എന്തെന്നില്ലാത്ത ശാന്തിയുണ്ടായിരുന്നു.

അയാൾക്ക് പിന്നീട് അവിടെ ഇരിക്കാൻ കഴിഞ്ഞില്ല.

ടി. പത്മനാഭന്റെ കഥ
ടി.എൻ. പ്രകാശിന്റെ തിരനാടകം

കല്യാണദിവസം രാവിലെ ഏതോ ഒരു പ്രമാണിയോട് "അവന് ഇപ്പോൾ വലിയ തിരക്കാണ്; ഈ കല്യാണത്തിനുതന്നെ എങ്ങനെയോ വന്നു എന്നേയുള്ളു. മറ്റന്നാൾ ഒരു കരാറൊപ്പിടാനായി കമ്പനി അവനെ കൊറിയിലേക്കയക്കയാണ്" എന്ന് ഭാര്യയുടെ അച്ഛൻ അഭിമാനത്തോടെ പറഞ്ഞത് അയാൾ കേട്ടിരുന്നു.

ടി. പത്മനാഭൻ

■

തിരനാടകം

മകൻ

മൂലകഥ

ടി. പത്മനാഭൻ

കഥാപാത്രങ്ങൾ

അച്ഛൻ

അമ്മ

മകൻ (15 വയസ്സുകാരൻ, മുതിർന്ന ആൾ)

മകന്റെ ഭാര്യാപിതാവ്

പരിചയക്കാരൻ

സീൻ 1

(ഒരു യാത്രകഴിഞ്ഞു തിരിച്ചെത്തുകയാണ് അച്ഛൻ. അമ്മ രോഗശയ്യയിലാണ്. തീരെ ദുർബലമാണ് അവരുടെ സംസാരം.)

അമ്മ : ങ് ഏ... വന്നോ?

അച്ഛൻ : അ: (നിശ്വാസം) വന്നു.

അമ്മ : എന്നിട്ടെവ്ടെ?

അച്ഛൻ : ദാ ഇവിട്ത്തന്നെ.

അമ്മ : ഞാൻ കാണുന്നില്ലല്ലോ.

അച്ഛൻ : ഞാനിവിടെ... നിന്റെ അരികിൽത്തന്നെ...

അമ്മ : (നിരാശയും ഖേദവും നിറഞ്ഞ ശബ്ദം) ഞാൻ ചോദിച്ചത് അവന്റെ കാര്യാ... അവൻ വന്നോന്ന്.

അച്ഛൻ : ങ്ഹാ.. നീ മരുന്നൊക്കെ കഴിച്ചോ?

അമ്മ : ഞാൻ ചോദിച്ചതിന്... ഒന്നും പറഞ്ഞില്ലല്ലോ.

അച്ഛൻ : നീ സമാധാനിക്ക്. വരും. നമ്മുടെ മോനല്ലേ? അവൻ വരാതിരിക്ക്വോ?

അമ്മ : എന്നാലും നിങ്ങളോടൊപ്പം.

അച്ഛൻ : ഒന്നും ഓർത്തു മനസ്സ് മുഷിപ്പിക്കല്ലേ... അല്ലാ... എന്തായിത്? ഈ മരുന്നൊക്കെ അങ്ങനെതന്നുണ്ടല്ലോ. അരിഷ്ടംപോലും തൊട്ടുനോക്കീട്ടില്ല.

അമ്മ : നിങ്ങള്കൂടി അടുത്തില്ലാതിരിക്കുമ്പോ... ങ്ആ... അല്ലെങ്കിൽ വേണ്ട. എന്ത്നാ നിങ്ങളെക്കൂടി വിഷമിപ്പിക്കുന്നത്...

അച്ഛൻ : എനിക്കെന്ത് വിഷമം? നിന്നെക്കുറിച്ച് ഓർക്കുമ്പോഴുള്ള... (മൊഴിമുട്ടിയ മട്ടിൽ ഒന്നും പറയാൻ കഴിയുന്നില്ല.)

അമ്മ : അതിരിക്കട്ടെ; നമ്മുടെ മോൻ നല്ലോണം തടിച്ചിട്ടുണ്ടോ?

അച്ഛൻ : എന്തോ, ഞാനതൊന്നും...

അമ്മ : അതു കള്ളം... ആട്ടെ; അവന്റെ നെറം കെട്ട് പോയോ?

അച്ഛൻ : ഒന്നും ശ്രദ്ധിക്കാനൊത്തില്ല. നീങ്ങാനും നിരങ്ങാനും വയ്യാത്ത തിരക്കല്ലേ അവ്ടെ.

അമ്മ : അവന്റെ കോലം കെട്ടുപോയിട്ടുണ്ടാകും. പാവം... അങ്ങുമിങ്ങും അലച്ചിലോട് അലച്ചിൽ തന്നെയായിരിക്കും.

അച്ഛൻ : ഓ... അങ്ങനെയൊന്നുമില്ല.

അമ്മ : എനിക്കറിയാം. നിങ്ങളവനെ കണ്ടപ്പോൾത്തന്നെ വിഷമിച്ചുകാണും.

അച്ഛൻ : ങ്ആ... ഞാനാ മരുന്നെടുക്കട്ടെ.

അമ്മ : എനിക്കെന്തിനാ മരുന്ന്. നിങ്ങളിങ്ങനെ അടുത്തിരുന്ന് എന്റെ കൈകളിൽ തടവിയാൽത്തന്നെ എന്റെ എല്ലാ രോഗോം.... (വിങ്ങുന്നു)

അച്ഛൻ : ഈശ്വരാ... (പതുക്കെ) ഈ കൈകളിലെ ചൂടും മിനുപ്പം എവിടെപ്പോയി? ഏതോ മരിച്ച ഒരാളുടെ...

അമ്മ : എന്താ കുശുകുശുക്കുന്നത്?

അച്ഛൻ : ഒന്നൂല്ല... എന്തൊക്കെയോ...

അമ്മ : നമ്മുടെ മോന്റെ കുഞ്ഞുങ്ങളെങ്ങനെ?

അച്ഛൻ : നന്നായിരിക്കുന്നു.

അമ്മ : നിങ്ങളവരെ കണ്ടോ?

അച്ഛൻ : പിന്നെ? കാണാതെ. ദാ... മൂത്തവൻ ഈ ഫോട്ടോയിൽ കാണുന്ന നമ്മുടെ മോന്റെ തൽസ്വരൂപം തന്നെ. പിന്നെ, ഇളയ ആൾ...

അമ്മ : ഇതവൻ പത്തിലുള്ളപ്പോ എടുത്ത ഫോട്ടോ; അല്ലേ?

അച്ഛൻ : പത്താംതരം ഫസ്റ്റ് ക്ലാസായി പാസായ ദിവസം എടുത്ത ഫോട്ടോ.

അമ്മ : (നെടുവീർപ്പ്) ഒന്നും... മറന്നിട്ടില്ല.

അച്ഛൻ : എങ്ങനെ മറക്കാനാ... നമ്മളിപ്പോഴും ജീവിച്ചിരിക്കുന്നില്ലേ?

(വിഷാദത്തിന്റെ അലകളുമായി സംഗീതം)

അമ്മ : കല്യാണം പൊടിപൊടിച്ചിട്ടുണ്ടാകും; അല്ലേ?

അച്ഛൻ : നിന്നെ ഒരുപാടാളുകൾ അന്വേഷിച്ചു.

അമ്മ : മോനെന്താ... എന്നെക്കുറിച്ച്...

അച്ഛൻ : അ.... ഞാൻ മരുന്നെടുക്കട്ടെ.

അമ്മ : വേണ്ട. ഇപ്പോ ഒന്നും വേണ്ട. എനിക്കൊന്നു മയങ്ങണം. നിങ്ങളിവിടെത്തന്നെ...

അച്ഛൻ : ഇരിക്കാം. കണ്ണടച്ചു കിടന്നോളൂ... ഞാനൊന്നു സന്ധ്യവിളക്ക് കൊളുത്തട്ടെ.

(അകലെനിന്ന് ഓടിയെത്തുന്ന കുട്ടികളുടെ സന്ധ്യാവന്ദനത്തിന്റെ അലകൾ)

സീൻ 2

അച്ഛൻ : മോനേ; നീയിതൊക്കെ കാണുന്നില്ലേ? നിന്റെ അമ്മയെ ഞാനെന്തു പറഞ്ഞാണ് സമാധാനിപ്പിക്കേണ്ടത്. പുഞ്ചിരിക്കുന്ന നിന്റെ മുഖവും നോക്കി എത്ര കാലമായവൾ കാത്തിരിക്കുന്നു! ങ്ഏ... നിന്റെ ഇമകൾ അനങ്ങുന്നുണ്ടല്ലോ? ചുണ്ടുകൾ ഇളകുന്നു. മുഖം വിടരുന്നു. നീ അച്ഛന്റെ അരികിലേക്ക് ഫോട്ടോയിൽനിന്ന് ഉണർന്നെഴുന്നേറ്റു വരികയാണോ?

(തരളിതമായ സംഗീതം. മകൻ പത്താംക്ലാസ് കഴിഞ്ഞ പതിനഞ്ചുകാരൻ. അച്ഛനും അമ്മയും ഊർജ്ജസ്വലർ).

മകൻ : അച്ഛാ...

അച്ഛൻ : എന്താ നിന്റെ കൈയിൽ?

മകൻ : കഴിഞ്ഞ പിറന്നാളിന് അച്ഛൻ സമ്മാനംതന്ന പുസ്തകം 'ഗോൾഡൻ ട്രഷറി'.

അച്ഛൻ : അതും എടുത്തോണ്ടെന്തിനാ ഇങ്ങനെ നടക്കുന്നത്?

മകൻ : അച്ഛനിന്ന് 'സ്കോളർജിപ്സി' വായിച്ചുതരണം.

അച്ഛൻ : നിനക്കു വായിച്ചൂടെ?

മകൻ : അച്ഛൻ കവിതചൊല്ലുന്നതു കേൾക്കാൻ നല്ല രസം. സ്കൂളിലെ കുട്ടികൾക്ക് അച്ഛൻ കവിത ചൊല്ലിക്കൊടുക്കാറുണ്ടല്ലോ. എന്നിട്ടിപ്പോൾ... ഞാൻ പറയുമ്പൊ മാത്രം...

അച്ഛൻ : വേണ്ട... കെറുവിക്കേണ്ട... അച്ഛനിതാ... (വായിക്കുന്നു)

Go, for they call you, shepherd, from the hill
Go, shepherd, and untie the wattled cotes!

മകൻ : (ഈണത്തിൽ)

പോവുക ഇടയാ
കുന്നിൻ മുകളിൽനിന്ന്
നിന്നെയിതാ അവർ വിളിക്കുന്നു
പോവുക... പോവുക...

അച്ഛൻ : നിന്റെ തർജ്ജമയാണ് ഏറെ ഹൃദ്യം. ആരാ ഇതിങ്ങനെ പറഞ്ഞുതന്നത്?

മകൻ : അച്ഛൻതന്നെ.

അച്ഛൻ : ഞാനതു മറന്നു.

മകൻ : അച്ഛാ... ഇനി തോമസ് ഗ്രേയുടെ 'എലിജി'

അച്ഛൻ : നാളെ വായിച്ചാ പോരേ?

മകൻ : പോരാ... ഇന്നുതന്നെ... ഇപ്പോത്തന്നെ... മ്ഈ (ചിണുങ്ങുന്നു)

അച്ഛൻ : എന്നാ... (ചിരിച്ച്) ഇനിയെന്റെ മോൻതന്നെ വായിക്ക്. അച്ഛൻ കേട്ടിരിക്കാം.

മകൻ : ഈ അച്ഛനൊരു സൂത്രക്കാരനാ...

അച്ഛൻ : വായിക്കെടാ... കുഴിമടിയാ...

(ഹൃദ്യമായ പുല്ലാങ്കുഴൽനാദം. അതിനിടയിൽ ദൂരസ്ഥലികളിൽനിന്ന് ഒഴുകി വരുന്നതുപോലെ എലിജിയിലെ വരികൾ)

Full many a gem of purest ray serene
The dark unfathom'd caves of ocean bear:
Full many a flower is born to blush unseen
And waste its sweetness on the desert air.

അച്ഛൻ : നന്നായിട്ടുണ്ട്. അച്ഛനേക്കാളും ഭംഗിയായിട്ടുണ്ട്.

മകൻ : മാഷ്മ്മാരെപ്പോലെ കവിത ചൊല്ലാൻ എനിക്കാവ്വോ?

അച്ഛൻ : ആവ്വോന്നോ? അച്ഛനെക്കാളൊക്കെ വല്യ വല്യ ആളാകണ്ടവനാ നീ.. ങ്ഹാ... വാ നമുക്കു നടക്കാൻ പോവാം.

അമ്മ : എങ്ങോട്ടേക്കാ? അച്ഛനും മോനുംകൂടി...

അച്ഛൻ : സ്കോളർ ജിപ്സി നടന്നുപോയ വഴികളിലൂടെ ഒരു യാത്ര. വയലുകളും മൈതാനങ്ങളും താണ്ടി...

അമ്മ : അച്ഛനും മകനും ഒത്തുകൂടിയാ പിന്നെ എനിക്കറിയാൻ പാടില്ലാത്തതല്ലേ പറയൂ.

മകൻ : അമ്മേ... യൂറോപ്പിലൂടെ സ്കോളർജിപ്സി നടന്നുപോയ കാര്യമാ അച്ഛൻ പറയുന്നത്.

അമ്മ : എവിടത്തേക്കെങ്കിലും നടന്നോളൂ. പക്ഷേ, സന്ധ്യക്കു മുമ്പ് ഇങ്ങെത്തിയില്ലെങ്കിൽ... ങ്ഹാ...

(സ്നേഹം നിറഞ്ഞ ശാസന)

(കുയിലിന്റെ നാദം. വളർത്തുമൃഗങ്ങളുടെ കരച്ചിൽ. തീരെ ഗ്രാമ്യമായ കുതൂഹലങ്ങൾ. അച്ഛനും മകനും ഗ്രാമപാതയിലൂടെ നടക്കുകയാണ്.)

മകൻ : അച്ഛാ... സ്കോളർജിപ്സി നടന്നുപോയ ഗ്രാമവും നമ്മുടേതുപോലുള്ള ഗ്രാമം തന്നെയായിരിക്ക്വോ?

അച്ഛൻ : എല്ലാ ഗ്രാമങ്ങളും ഇങ്ങനൊക്കെത്തന്നെ. വയലും തൊടിയും തോടും പുഴയും കളിത്തട്ടും... പിന്നെ... സ്നേഹമുള്ള കുറേ മനുഷ്യരും...

മകൻ : യൂറോപ്പിലെ ഗ്രാമങ്ങളിലുള്ള വീടും നമ്മുടേതുപോലെയായിരിക്കുമോ? കറന്റും പൈപ്പ് വെള്ളോം ഇല്ലാത്ത...

അച്ഛൻ : നമുക്കെന്തിനാടാ കറന്റ്? ഏത് ഇരുട്ടിനെ അകറ്റാനും നിന്റെ അമ്മയുടെ സ്നേഹം മതിയല്ലോ. ങ്ആ എന്ത്നാ നമുക്കു പൈപ്പ്വെള്ളം...?

മകൻ : തെളിനീരുപോലെ ഒഴുകിവരുന്ന അച്ഛന്റെ കവിതയുള്ളപ്പോ... അല്ലെ അച്ഛാ...

അച്ഛൻ : എടാ... നീ അച്ഛനെ വാരിക്കളഞ്ഞല്ലോ...

മകൻ : അതല്ല അച്ഛാ... നമ്മുടെ ചുറ്റുവട്ടമുള്ള വീടുകളെല്ലാം...

അച്ഛൻ : നീ പറയാതെതന്നെ എനിക്കറിയാം. പക്ഷേ, മോനെ... എത്രയോ കൊടുംവരൾച്ച ഞാൻ കണ്ടിട്ടുണ്ട്. അപ്പോഴെല്ലാം എത്ര പേർക്കാണെന്നോ നമ്മുടെ കിണർ സ്നേഹതീർത്ഥം നൽകിയത്! ആ ഒരു പുണ്യം മാത്രം മതി...

മകൻ : അതല്ലച്ഛാ...

അച്ഛൻ : മോനേ... ഇത്രേം കാറ്റും വെളിച്ചോം കിട്ടുന്ന ഒരു വീട് ഈ ഗ്രാമത്തിൽ വേറൊന്നുണ്ടോ?

മകൻ : ഒക്കെ ശരിയാ. എന്നാലും...

അച്ഛൻ : നമ്മുടെ വീട്ടിൽ കേറിച്ചെല്ലുമ്പോൾ തോന്നുന്ന ശാന്തത. ഏതു വേനലിലും തൊടിയിൽ കൂടുകെട്ടിക്കിടക്കുന്ന തണുപ്പ്. പിന്നെ തെങ്ങും മാവും പിലാവും പുളിയും വാഴയും.

മകൻ : നിർത്തി. (പിണക്കത്തോടെ) ഞാനിനി ഒന്നും പറയുന്നില്ല.

അച്ഛൻ : പിണങ്ങിയോ? നീ വാ... തോമസ് ഗ്രേയുടെ ഗ്രാമത്തിലെ പഴയ പള്ളിയും സെമിത്തേരിയും കുഴിമാടങ്ങളുമൊക്കെ കാണിച്ചുതരാം. വാ...

(പള്ളിമണി. ഒരു ക്രിസ്തീയ ഗാനത്തിന്റെ ഹമ്മിംഗ്.)

അമ്മ : അല്ലാ... ഇതാരോടാ വർത്താനം പറയുന്നത്?

അച്ഛൻ : ഇല്ല. ആരോടുമില്ല. നിനക്കങ്ങനെ വെറുതേ... ങ്ഹാ... നീ ഉറങ്ങിയില്ലേ?

അമ്മ : ഒന്നു മയങ്ങാൻ തുടങ്ങിയതാ. അപ്പൊഴാ നിങ്ങളെന്തൊക്കെയോ പറയുന്നതു കേട്ടത്.

അച്ഛൻ : ഉറങ്ങിക്കോളൂ.

അമ്മ : ഒന്നാ കൈകൊണ്ട് എന്റെ നെറ്റിയിൽ അമർത്തിയാട്ടെ. തലയാകെ പൊട്ടിത്തെറിക്കുന്നതുപോലെ.

അച്ഛൻ : തല വേദനിക്കുന്നുണ്ടോ?

അമ്മ : എന്തോ ഒരു വല്ലായ്ക. ങ്ഹാ... അവ്ടെത്തന്നെ. ഇപ്പോ നല്ല സുഖം തോന്നുന്നു.

അച്ഛൻ : ഇനി കണ്ണടച്ചു കിടന്നോളൂ.

അമ്മ : കണ്ണടച്ചു പിടിച്ചിട്ടെന്താ കാര്യം? ഇടയ്ക്കിടെ അവൻ വന്നു കൺപോളകൾ നുള്ളിപ്പൊളിക്കുന്നു. (വിഷാദം മുറ്റിയ ചിരി) മ്ഹൂം... അവന്റെയോരോ കുസൃതികൾ!

അച്ഛൻ : (വിങ്ങലോടെ) ഉറങ്ങിക്കോളൂ... എല്ലാം മറന്ന്... എല്ലാം... എല്ലാം...

(വിഷാദത്തിന്റെ തന്ത്രികൾ വലിഞ്ഞുമുറുകുന്ന മട്ടിൽ സംഗീതം)

സീൻ 3

മകന്റെ ശബ്ദം : പ്രിയപ്പെട്ട അച്ഛനും അമ്മയും അറിയാൻ, എഴുത്തെഴുതാൻ വൈകിയതിനു മാപ്പ്. ജോലിത്തിരക്കുകൊണ്ടാണ്. എന്നും അച്ഛനും അമ്മയ്ക്കും ഓരോ കത്തെഴുതണമെന്നു മോഹിച്ചിട്ടും...

അച്ഛൻ : അവനെന്നോ എഴുതിയ കത്തുകളിൽ ഒരെണ്ണം. കല്യാണം കഴിക്കുന്നതിനു മുമ്പ് എഴുതിയതായിരിക്കും. അതിനുശേഷം അവൻ കത്തുകളേ എഴുതിയിരുന്നില്ലല്ലോ!

മകന്റെ ശബ്ദം : അച്ഛനും അമ്മയും ആരോഗ്യം ശ്രദ്ധിക്കണം. അമ്മയുടെ ക്ഷീണമൊക്കെ മാറിയോ അച്ഛാ... നല്ലൊരു ഡോക്ടറെക്കൊണ്ട് അമ്മയെ ചികിത്സിപ്പിക്കണം. പണമൊരു പ്രശ്നമാകരുത്.

അച്ഛൻ : ദാഹിച്ചുവലഞ്ഞു ജീവൻ വെടിയാൻ പോകുന്ന ഒരാൾക്കു തീർത്ഥജലം കിട്ടിയതുപോലെ... മോനേ, നിന്റെ വരികൾ വീണ്ടും വായിക്കുമ്പോൾ...

മകന്റെ ശബ്ദം : ഒന്നിനും ഒരു കുറവും വരുത്തരുത്. പണം എത്ര വേണമെങ്കിലും ഞാനയച്ചു തരാം. ഇതോടൊപ്പം ഒരു ഡ്രാഫ്റ്റ് കൂടിയുണ്ട്.

അച്ഛൻ : മോനേ... വന്ന്വന്ന്... നിന്റെ സാന്നിധ്യംപോലും നീയയക്കുന്ന ഡ്രാഫ്റ്റിൽ ഒതുക്കിക്കളഞ്ഞല്ലോ. ങ്ഹ... നിന്നെയും എന്നെയും സ്നേഹിക്കുന്നവരുടെ ചോദ്യങ്ങളുടെ മുന തട്ടി എനിക്കു നോവുന്നു മോനെ...

സീൻ 4

പരിചയക്കാരൻ : അല്ലാ... മാഷെങ്ങോട്ടാ?

അച്ഛൻ : ഒന്ന്... പോസ്റ്റോഫീസ് വരെ

പരിചയക്കാരൻ : അതെന്താ; തപാൽക്കാരൻ വീട്ടി വരില്ലേ?

അച്ഛൻ : വീട്ടിലെത്താൻ കാത്തിരുന്നാ വൈകും.

പരിചയക്കാരൻ : ഓ... മോന്റെ വിവരം അറിയാനുള്ള തിടുക്കായിരിക്കും. ആട്ടെ അവനിപ്പൊ എവ്ടെയാ?

അച്ഛൻ : (പിറുപിറുക്കുന്നു) എവിടെയോ? ങ്ഹാ... അവനിപ്പൊ എവിടെയാ? ഇംഗ്ലണ്ടിലോ, ജർമനിയിലോ... അതോ അമേരിക്കയിലോ?

പരിചയക്കാരൻ : എന്താ... അവനിപ്പോ വരാറേയില്ലേ? കണ്ടിട്ടു കുറെയായല്ലോ?

അച്ഛൻ : ഉണ്ട്... വരാറുണ്ട്.

പരിചയക്കാരൻ : അല്ലാ... കാണാറേയില്ല. അതുകൊണ്ടാ...

അച്ഛൻ : ഞാൻ വരട്ടെ (തിടുക്കമുണ്ട്.)

പരിചയക്കാരൻ : ഞാൻ വെറുതെ ചോദിച്ചെന്നേയുള്ളൂ. മാഷ്ക്കു വെഷമായോ... ങ്ആ... എങ്ങനെ നടന്നതാ അച്ഛനും മകനും.

സീൻ 5

അച്ഛൻ : (നിശ്വാസം) ഒന്നും വ്യക്തമായി എനിക്കുപോലും അറിയുന്നില്ലല്ലോ. ഇടയ്ക്ക്, എപ്പോഴെങ്കിലും പറന്നെത്തുന്ന ഒരു ഡ്രാഫ്റ്റ്. വേണ്ട മോനേ... പണത്തിനു വേണ്ടി ഈ അച്ഛൻ ആശിക്കുന്നത് എന്നെങ്കിലും നീ കണ്ടിട്ടുണ്ടോ?

അമ്മ : എന്താ അത് (ആഹ്ലാദം) കൈയിലെന്താ? മോന്റെ എഴുത്തല്ലേ? എപ്പോഴാ വന്നത്?

അമ്മ : നിങ്ങളൊന്നാ കത്ത് വായിക്ക്.

അച്ഛൻ : അത്... അതിപ്പൊ... (പരുങ്ങുന്നു)

അമ്മ : വായിക്കൂന്ന്... എത്രനാളായി അവന്റെ കത്ത്... ഒന്നു വായിച്ചാട്ടെ... എനിക്കു വയ്യാത്തതുകൊണ്ടല്ലേ?

അച്ഛൻ : പ്രിയപ്പെട്ട അച്ഛനും അമ്മയും അറിയാൻ...

അമ്മ : നമ്മുടെ മോൻ ഒന്നും മറന്നിട്ടില്ല. ഒന്നും... വായിക്ക്...

അച്ഛൻ : വേണ്ട... വേണ്ട... നീ ഉറങ്ങിക്കോളൂ...

അമ്മ : എന്തായിത്? വായിച്ചുകേൾപ്പിക്കാതെ...

അച്ഛൻ : അവനിപ്പൊ കല്യാണത്തിരക്കിലല്ലേ? (നിശ്വാസം) ഭാര്യവീട്ടിലല്ലേ അവനുള്ളത്...

അമ്മ: ശരിയാ... ഞാനതൊക്കെ മറന്നു.

അച്ഛൻ: നീ ഉറങ്ങിക്കോളൂ...

അമ്മ: ഞാനെങ്ങനെ ഉറങ്ങാനാ... നിങ്ങളിവിടെ ഉണർന്നിരിക്കുമ്പോൾ...

സീൻ 6

അച്ഛൻ : നിന്റെ അമ്മയെ സമാധാനിപ്പിക്കാനുള്ള വാക്കുകൾക്കു ഞാനെവിടെത്തിരയും മോനെ? നിനക്കതൊന്നും അറിയേണ്ടല്ലോ! മോനേ, നീയറിയോ, നിന്റെ ഭാര്യയുടെ അനിയത്തിയുടെ കല്യാണത്തിനു പോലും ഞാൻ വരേണ്ടിവന്നത്...

(വീണ്ടും അനുവാദം ചോദിക്കാതെ ഓടിയെത്തുന്ന ഓർമ്മകൾ)

അമ്മ : ആ തപാൽക്കാരന്റെ ഒച്ചയല്ലേ ഇപ്പൊ കേട്ടത്?

അച്ഛൻ : അതെ.

അമ്മ : അവന്റെ കത്തുണ്ടോ?

അച്ഛൻ : കത്തുണ്ട്.

അമ്മ : ങ്ഏ... അവനെന്താ എഴുതിയിരിക്കുന്നത്?

അച്ഛൻ : അവന്റെ ഭാര്യയുടെ അച്ഛനയച്ചതാ.

അമ്മ : ഓ... (നിരാശ) ഞാൻ കരുതി...

അച്ഛൻ : കല്യാണക്കുറിയാ...

അമ്മ : ആരുടേതാ?

അച്ഛൻ : അവന്റെ ഭാര്യയുടെ അനിയത്തീടെ.

അമ്മ : അപ്പൊ... നമ്മുടെ മോൻ വരും. അല്ലേ?

അച്ഛൻ : വരാ‌യിരിക്കും.

അമ്മ : എന്റെ മോൻ വരും. ഭാര്യയേയും കുട്ടികളേംകൂട്ടി. ങ്ആ... എത്രകാലായി ഈ വീടുറങ്ങിപ്പോയിട്ട്. അവനീ പടിയിറങ്ങിപ്പോയതിനുശേഷം...

അച്ഛൻ : ചെലപ്പോ... കല്യാണം കഴിഞ്ഞിട്ടേ...

അമ്മ : ങ്ആ... അങ്ങനേയും വരാം. അവനു തിരക്കല്ലേ. എന്നാലും കുട്ട്യോളെയെങ്കിലും അവനീ അമ്മൂമ്മയുടെ അരികിൽ അയച്ചില്ലെങ്കിൽ... മ്ഹൂം... ഈ ഇറയത്തും മുറ്റത്തും തൊടിയിലും ഒക്കെ അവരോടിക്കളിക്കുന്നതു ഞാനെന്റെ മനക്കണ്ണുകൊണ്ടു കാണ്വാ.

അച്ഛൻ : എന്നാലും (പരിഭവത്തോടെ) അവർക്കാർക്കും ഒന്നിവിടംവരെ വന്നു ക്ഷണിക്കാൻ കഴിഞ്ഞില്ലല്ലോ!

അമ്മ : അവരൊക്കെ തിരക്കിലായിരിക്കില്ലേ?

അച്ഛൻ : ങ്ഹാ... എനിക്കു വയ്യ. ഇത്രേം ദൂരം യാത്രചെയ്ത് കല്യാണത്തിനു പോകാൻ വയ്യ.

അമ്മ : എന്തായീപ്പറയുന്നത്?

അച്ഛൻ : പഴയതുപോലൊന്നും യാത്രചെയ്യാൻ കഴിയുന്നില്ല. വയസ്സായില്ലേ? ങ്ആ... ഞാൻ പോകുന്നില്ല.

അമ്മ : അങ്ങനെയൊന്നും പറയല്ലേ. പോകണം. പോയില്ലെങ്കിൽ മോശാണ്. നമ്മുടെ മോന്റെ....

അച്ഛൻ : നിന്നെയിവിടെ തനിച്ചാക്കി...

അമ്മ : രണ്ടുദിവസത്തേക്കല്ലേ. അതിനിടയിൽ ഒന്നും... ഒന്നും... സംഭവിക്കില്ല.

അച്ഛൻ : ഈശ്വരാ... നീയെന്തൊക്കെയാണീ...

അമ്മ : ഒന്നും പറയണ്ട. പോകണം. പോയേ ഒക്കൂ.

അച്ഛൻ : ങ്ആ... സമാധാനിക്ക്. നിനക്കു വേണ്ടിയെങ്കിലും ഞാൻ...

അമ്മ : മതി... മതി... സന്തോഷമായി.

(പാലത്തിലൂടെ കടന്നുപോകുന്ന തീവണ്ടിയുടെ ഒച്ച)

സീൻ 7

മകൻ : ഹ്ആ... അച്ഛൻ... അച്ഛനെപ്പൊഴാ...

അച്ഛൻ : ഇപ്പോ എത്തി.

മകൻ : എങ്ങനെയാ അച്ഛൻ...?

അച്ഛൻ : ഓ... കാലത്തെ തീവണ്ടീല് പുറപ്പെട്ടു. ങ്ആ. എവ്ടെ നിന്റെ അമ്മായിയച്ഛൻ?

മകൻ : ദാ വരണ്ണ്ട്.

ഭാര്യാപിതാവ് : അല്ലാ... ആരാദ്...? എവിടെ ഏട്ടത്തി?

അച്ഛൻ : നല്ല സുഖം പോരാ.

ഭാര്യാപിതാവ് : ങ്ഹാ.. മോനേ, ഞാൻ പറയാൻ മറന്നു. നിന്നെ കാണാൻ ഹോട്ടൽ ലൗഞ്ചിൽ രണ്ടുമൂന്നുപേർ ഇരിപ്പുണ്ട്.

മകൻ : അച്ഛാ... ഞാനെന്നാൽ...

അച്ഛൻ : ങ്ഹാ... എവിടെ നിന്റെ ഭാര്യ? കുട്ടികൾ...

ഭാര്യാപിതാവ് : അവർ കാറുമെടുത്തു കറങ്ങുകാ. കുട്ട്യോൾക്ക് ആനകളെയൊക്കെ കാണണംന്നു പറഞ്ഞ്... ഇപ്പോഴത്തെ കുട്ടികളുടെയൊക്കെ ഒരു മോഹേ...

അച്ഛൻ : നീ ചെല്ല്. അവർ കാത്തിരിക്കുന്നുണ്ടാകും.

ഭാര്യാപിതാവ് : എന്നാലും ഏട്ടത്തിയെകൂടി കൊണ്ടുവരാർന്നു.

അച്ഛൻ : വയ്യ. അവൾക്കൊന്നിനും വയ്യ.

ഭാര്യാപിതാവ് : ഇവിടെയെത്തിയാ നല്ല സുഖായിട്ടു കഴിയാർന്നു. ങ്ഹാ... പിന്നെ... എയർകണ്ടീഷനിൽ കിടക്കാൻ ബുദ്ധിമുട്ടൊന്നുംണ്ടാവില്ലല്ലോ...

അച്ഛൻ : മ്ഹൂം... (നേർത്ത ചിരി) അവനിപ്പൊത്തന്നെ ഇങ്ങോട്ട് വര്വോ?

ഭാര്യാപിതാവ് : ഓ... അവന്റെ കാര്യമൊന്നും പറയണ്ട. ഈ കല്യാണത്തിന് അവനെയിവിടെ എത്തിക്കാൻ ഞാൻ പെട്ട പാട്! എന്നും തിരക്കുതന്നെ. മറ്റന്നാൾ അവൻ കൊറിയയിലേക്കു പോവ്വാ. അറ്ിടെ ഏതോ വലിയ കരാർ ഒപ്പിടാനുണ്ട്. കമ്പനിക്കാണെങ്കിൽ അവനെയല്ലാതെ മറ്റാരേയും അയയ്ക്കാനൊട്ടു താല്പര്യവുമില്ല. എന്താ ചെയ്യ! (അഭിമാനം കലർന്ന ചിരി)

സീൻ 8

(രാത്രി. ഇടയ്ക്കിടെ ഓടിപ്പോകുന്ന വാഹനങ്ങളുടെ ശബ്ദം. ഹോണടികൾ. കടകളിൽനിന്നുയരുന്ന ഭക്തിഗാനങ്ങളുടെ സമ്മിശ്രസ്വരം. അച്ഛനും മകനും റോഡിലൂടെ നടക്കുകയാണ്.)

അച്ഛൻ : കൂടെ നടക്കാൻ വിളിച്ചതു നിനക്കു വിഷമമായോ?

മകൻ : ഇല്ല.

അച്ഛൻ : നിന്റെ അമ്മായിയച്ഛൻ അന്വേഷിക്ക്വോ, ആവോ?

മകൻ : ചിലപ്പൊ...

അച്ഛൻ : ങ്ഹാ... എന്തൊക്കെയുണ്ടു വിശേഷങ്ങൾ?

മകൻ : ഒന്നൂല്ല.

അച്ഛൻ : നിനക്കെന്തു പറ്റി?

മകൻ : ഒന്നൂല്ല... ഒന്നും...

അച്ഛൻ : നീയാളാകെ മാറിപ്പോയല്ലോ! നിന്റെ ചുണയും ചൊടിയുമൊക്കെ എവിടെപ്പോയി? നീയിപ്പോ വല്ലാതെ തടിച്ചിരിക്കുന്നു.

മകൻ : അവിടത്തെ കാലാവസ്ഥ... ഭക്ഷണം...

അച്ഛൻ : ആട്ടെ... നീ ഞങ്ങക്ക് കത്തെഴുതീട്ടു കാലം എത്രയായി?

മകൻ : (പരുങ്ങുന്നു) അത്...

അച്ഛൻ : സാരംല്യ. നീ ഞങ്ങക്കു വല്ലപ്പോഴും ഡ്രാഫ്റ്റ് അയച്ചുതരുന്നുണ്ടല്ലോ. മതി... അതുമതി.

മകൻ : അതുകൊണ്ടല്ല...

അച്ഛൻ : നിന്റെ പണത്തിലൊന്നും എനിക്കൊരിക്കലും മോഹംണ്ടായിരുന്നില്ലെന്നു നിനക്കറിയാലോ?

മകൻ : അറിയാം.

അച്ഛൻ : നീ കോളേജിൽ ചേർന്നപ്പോ പണത്തിനു മുട്ടുള്ള സന്ദർഭങ്ങളുണ്ടായിരുന്നു (ദീർഘനിശ്വാസം).

മകൻ : അതും അറിയാം.

അച്ഛൻ : എങ്ങനെ അറിയാമെന്ന്. അതൊന്നും ഞാനും നിന്റമ്മയും ഒരിക്കലും നിന്നെ അറിയിച്ചിട്ടില്ലായിരുന്നു.

മകൻ : എന്നാലും... എനിക്കറിയാമായിരുന്നു.

അച്ഛൻ : നിന്റെ ഒരാവശ്യമെങ്കിലും നിറവേറ്റാതിരുന്നിട്ടുണ്ടോ ഈ അച്ഛൻ?

മകൻ : ഇല്ല.

അച്ഛൻ : പഠിപ്പൊക്കെ കഴിഞ്ഞ് സ്കോളർഷിപ്പോടെ നീ വിദേശത്തു പോയപ്പോഴും ഒരിക്കലും നിന്നെ ഞങ്ങൾ ബുദ്ധിമുട്ടൊന്നും അറിയിച്ചില്ലായിരുന്നു.

മകൻ : മ്ഹും... അതെ...

അച്ഛൻ : ഞങ്ങൾ നിനക്കുവേണ്ടി കഷ്ടപ്പെട്ടിട്ടുണ്ട്. ധാരാളം. ഞാനും നിന്റമ്മയും മുണ്ടു മുറുക്കിയുടുത്ത്...

മകൻ : മതിയച്ഛാ... മതി.

അച്ഛൻ : ഉയർച്ചയുടെ ഓരോ പടവ് നീ കയറുമ്പോൾ ഞാനും നിന്റമ്മയും എത്രമാത്രം ആഹ്ലാദിച്ചിരുന്നെന്നു നിനക്കറിയോ?

മകൻ : എന്തിനാ... എന്തിനാ ഈ പഴയതൊക്കെ...

അച്ഛൻ : വേണം മോനെ. എനിക്ക്, എന്നെ സമാധാനിപ്പിക്കാനെങ്കിലും ഇതൊക്കെ നിന്നോടു പറയണം. എനിക്കു സമാധാനമായില്ലെങ്കിൽ ഞാനെങ്ങനാ നിന്റമ്മയെ... (വിങ്ങുന്നു)

മകൻ : ഇനിയൊന്നും... വേണ്ട...

അച്ഛൻ : മോനെ... ഇപ്പോഴും ചിലരെങ്കിലും കരുതുന്നുണ്ടു നിന്നെ ഞങ്ങൾ നിന്റെ ഭാര്യവീട്ടുകാർക്കു വിൽക്കുകയായിരുന്നെന്ന്.

മകൻ : അച്ഛാ...!

അച്ഛൻ : ഇപ്പോഴത്തെ നാട്ടുനടപ്പും അങ്ങനെയാണല്ലോ? നിന്റെ ഭാര്യവീട്ടുകാരാണെങ്കിൽ എന്തും വില കൊടുത്തു വാങ്ങാൻ കെൽപ്പുള്ളവർ. പക്ഷേ,.... സത്യം നിനക്കറിയാലോ മോനെ...

മകൻ : അറിയാം... എന്റെ ഇഷ്ടമായിരുന്നു അച്ഛന്...

അച്ഛൻ : അതെ. എല്ലാറ്റിലും വലുത് നിന്റെ ഇഷ്ടമായിരുന്നു. ഞാനും നിന്റമ്മയും നന്നെ വിഷമിച്ചിരുന്നു. എന്തിനാണ് നമ്മുടെ മോൻ ഇത്ര വലിയവരുടെ...

മകൻ : ഞാനിതൊന്നും വേണ്ടമട്ടിൽ...

അച്ഛൻ : ഓർത്തില്ല... അറിഞ്ഞില്ല... അങ്ങനെയൊക്കെ നിനക്കു പറയാം. പക്ഷേ, ഞങ്ങൾക്കു വലുതു നീയായിരുന്നു. നിന്റെ സന്തോഷമായിരുന്നു.

മകൻ : മതിയച്ഛാ.

അച്ഛൻ : നിനക്കു വിഷമം തോന്നുമെന്നറിയാം. എന്നാലും അച്ഛനൊരു കാര്യംകൂടി ചോദിച്ചോട്ടെ?

മകൻ : ചോദിച്ചോളൂ.

അച്ഛൻ : നിന്റെ ഭാര്യയേയും കുട്ടികളേയും ഇതുവരെ ഞാനും നിന്റമ്മയും ശരിക്കൊന്നു കണ്ടിട്ടുണ്ടോ? നിനക്കൊന്ന് അവരെക്കൂട്ടി ഞങ്ങളുടെ... ങ്ഹാ... അല്ല... അല്ലാ... നിന്റെതന്നെ വീട്ടിൽ വരാൻ നിനക്ക് തോന്നിയിട്ടുണ്ടോ?

മകൻ : അച്ഛാ... എനിക്ക്...

അച്ഛൻ : നിനക്കൊരച്ഛനും അമ്മയും മരണത്തിനു പിടികൊടുക്കാതെ ഇപ്പോഴും ജീവിച്ചിരിക്കുന്നുണ്ടെന്നു

നീ നിന്റെ ഭാര്യയോട് എന്നെങ്കിലും പറഞ്ഞിട്ടുണ്ടോ മോനെ?

മകൻ : ഇനിയും... എന്നെ... മതിയച്ഛാ...

അച്ഛൻ : മരണം നിന്റമ്മയെ കൈ എത്തിപ്പിടിക്കുമ്പോഴൊക്കെ നിന്നെ ഒരിക്കൽക്കൂടി കാണണമെന്നു പറഞ്ഞാ അവൾ ഓരോ തവണയും രക്ഷപ്പെടുന്നത്. മരണംപോലും നിന്റമ്മയോടു കരുണ കാട്ടുന്നു. എന്നിട്ടും ആ അമ്മയുടെ വയറ്റിൽ പിറന്ന നീ...

മകൻ : അച്ഛാ... മതി... എനിക്കു താങ്ങാനാവുന്നില്ല. മതി.

അച്ഛൻ : ക്ഷമിക്കൂ മോനേ... ക്ഷമിക്ക്... ഈ അച്ഛന്റെ സർവാപരാധങ്ങളും ക്ഷമിക്ക്.

(കാറിന്റെ നിർത്താതെയുള്ള ഹോൺ)

മകൻ : ദെന്താ ഈ അച്ഛൻ കാട്ട്ണ്. റോഡിന്റെ നടുവിലൂടെ സ്വബോധമില്ലാത്തവരെപ്പോലെ...

അച്ഛൻ : ങ്ഹേ... എന്താ നീയെന്താ പറഞ്ഞത്?

മകൻ : അച്ഛനാരോടാ ക്ഷമിക്കൂ... ക്ഷമിക്കൂന്നൊക്കെ വിളിച്ചുപറയുന്നത്? ഒത്തിരിനേരായല്ലോ അച്ഛനോരോന്നു പിറുപിറുക്കാൻ തുടങ്ങിയിട്ട്.

അച്ഛൻ : നിനക്കു വെറുതെ തോന്നിയതാ. നീയെന്തെങ്കിലും ചോദിച്ചു കാണും.

മകൻ : ഞാനൊന്നും ചോദിച്ചില്ല.

അച്ഛൻ : എന്നാ... ഞാനൊന്നും പറഞ്ഞുമില്ല. ങ്ഹാ... നിനക്കൊന്നും അറിയാനില്ലേ?

മകൻ : എനിക്കെന്ത് അറിയാൻ.

അച്ഛൻ : പിന്നെ, ഞാനെന്തു പറയാൻ! നമുക്കു മുറിയിലേക്കു തിരിച്ചുപോകാം.

മകൻ : എന്തോ പറയാനുണ്ടെന്നു പറഞ്ഞിട്ട്...

അച്ഛൻ : ഒന്നുമില്ല... ഒന്നും... ങ്ആ... നാളെ രാവിലെ കല്യാണം കഴിഞ്ഞ ഉടനെ ഞാൻ പോകും.

മകൻ : സദ്യയ്ക്കു നിൽക്കില്ലേ?

(അച്ഛന്റെ നനഞ്ഞ ചിരി)

സീൻ 9

അച്ഛൻ : നീതന്നെ പറ. ഞാനിതൊക്കെ നിന്റമ്മയോട് എങ്ങനെയാ പറയുക? നിനക്കവിടെ ഒന്നുമേതു മറിയാതെ ചുമരിലിരുന്നു നോക്കിയാ മതിയല്ലോ. നോക്ക്... നിന്റമ്മ ഇന്നോ നാളെയോ... (വിതുമ്പുന്നു)

അമ്മ : അല്ലാ... ഇനീം ഉറങ്ങീല്ലേ?

അച്ഛൻ : നീയും ഉറങ്ങിയില്ല. ഇടയ്ക്കിടെ ഞെട്ടിയുണർന്നു.

അമ്മ : ഇനീപ്പം എപ്പൊ വേണേങ്കിലും ഉറങ്ങാലോ? ങ്ഹാ... നിങ്ങളെങ്കിലും അവനെ കണ്ടല്ലോ?

അച്ഛൻ : അങ്ങനെയൊന്നും പറയല്ലെ.

അമ്മ : എങ്ങനെ പറഞ്ഞാലും ഒന്നും നമ്മുടെ കൈയില ല്ലല്ലോ... ആട്ടെ; ഞാനൊന്നു ചോദിക്കട്ടെ.

അച്ഛൻ : ചോദിച്ചോളൂ... എന്തു വേണേലും ചോദിച്ചോളൂ.

അമ്മ : നമ്മുടെ മോൻ എപ്പഴാ വരിക?

അച്ഛൻ : (നടുക്കത്തോടെ) ങ്ഏ...

അമ്മ : നാളെ വരുമോ (ദൃഢമാണാ സ്വരം) പറയൂ... നാളെ...?

അച്ഛൻ : നാളെ എങ്ങനെയാണവനു വരാൻ കഴിയാ. അവിടെ എന്തൊക്കെ തിരക്കുകൾ... എന്തൊക്കെ...

അമ്മ : അപ്പൊ... എപ്പഴാ പിന്നെയവൻ വരിക?

അച്ഛൻ : അത്... അത്... ഹോ...

അമ്മ : ഇനി അവൻ വരില്ലെന്നുണ്ടോ?

അച്ഛൻ : വരും... അവൻ വരും... മൂന്നോ നാലോ ദിവസം കഴിഞ്ഞു തീർച്ചയായും... (വിങ്ങുന്നു) തീർച്ചയായും അവൻ...

അമ്മ : (ആഹ്ലാദത്തോടെ) എനിക്കറിയാം അവൻ വരുമെന്ന്. നമ്മുടെ മോൻ വരുമെന്ന്.

അച്ഛൻ : ങ്ഹാ... നീ ഉറങ്ങിക്കോളൂ... സമാധാനമായി ഉറങ്ങിക്കോളൂ. ഞാൻ സമയെത്രായീന്നു നോക്കട്ടെ. (ചീവീടുകളുടെ അലമുറ. ഒരു കുറുക്കന്റെ നീണ്ട ഓരിയിടൽ. രാത്രിയുടെ വികൃതശബ്ദങ്ങൾ. നാഴികമണിയുടെ മുഴക്കം)

അച്ഛൻ : (ഭീതിനിറഞ്ഞ ശബ്ദം) എന്താ... എന്തിനാ നീ എഴുന്നേൽക്കുന്നത്.

അമ്മ : ഹാ!.. നമ്മുടെ മോൻവന്നു. (തിരയടിച്ചുയരുന്ന ആഹ്ലാദം).

അച്ഛൻ : അയ്യോ വീഴല്ലേ... വീഴല്ലേ... (ഓടിയടുക്കുന്ന അച്ഛന്റെ കാലൊച്ചകൾ. അരികിലുള്ള മരുന്നുമേശമേൽ തട്ടി അമ്മ വീഴുന്ന ഒച്ച.)

അച്ഛൻ : എന്ത്നാ... എന്നെയിങ്ങനെ പരീക്ഷിക്കുന്നത്? എടുക്കാനും പിടിക്കാനും കിടത്താനുമൊന്നും വയ്യാത്ത എന്നെ... ഹോ... ആ മരുന്നൊക്കെ കളഞ്ഞല്ലോ.

അമ്മ : ഇനിയെന്തിനാ മരുന്ന്? നമ്മുടെ മോൻ... (ആഹ്ലാദം അടക്കാനാവാതെ) അവൻ വന്നതു കണ്ടില്ലേ? കള്ളൻ... അവനെന്നെ നോക്കി ചിരിക്കാ.

അച്ഛൻ : അയ്യോ... നിന്റെ നെറ്റിമുറിഞ്ഞു. ചോര പൊടിഞ്ഞിരിക്കുന്നു.

അമ്മ : വെറുതേ തോന്നുന്നതാ (നിസ്സാരമായി ചിരിച്ച്) എനിക്കെവിടുന്നാ ചോര!

അച്ഛൻ : ചോരതന്നെ... ചോര...

അമ്മ : നിങ്ങളവനെ കണ്ടിട്ടെന്താ അനങ്ങാതെ നിൽക്കുന്നത്? അവനതാ വാതിലിന്റെ അരികിൽ... നിറഞ്ഞ ചിരിയുമായി...

അച്ഛൻ : നീയെന്തൊക്കെയാ പറയുന്നത്?

അമ്മ : അവനതാ ഓടിവരുന്നു. അമ്മേന്നു വിളിച്ചുകൊണ്ട് അവനതാ...

അച്ഛൻ : നീ എഴുന്നേറ്റാട്ടെ... വാ... കട്ടിലിൽ കിടക്കാലോ.

അമ്മ : എന്തായിത്? അവനോടിവന്നു മടിയിലിരുന്നതു കണ്ടില്ലെ നിങ്ങൾ?

അച്ഛൻ : (നിസ്സഹായനായി) ഞാനിവളെ എന്ത് പറഞ്ഞാ സമാധാനിപ്പിക്കേണ്ടത്?

അമ്മ : അവനിപ്പൊ എന്റെ കഴുത്തിൽ കുഞ്ഞിക്കൈ കെട്ടി ചൂടുള്ള ഉമ്മകൾ തരികയാ...

അച്ഛൻ : എ... ന്റീ... ശ്വ... രാ...

അമ്മ : (ശബ്ദം തീരെ പതറുകയാണ്) എന്റെ മോൻ... എന്റെ പൊ...ന്നു...മോ...ൻ.

അച്ഛൻ : പോവല്ലേ... എന്നെ തനിച്ചാക്കി പോവല്ലേ (വിങ്ങി ക്കരയുന്നു)

അമ്മ : എന്റെ മോൻ... എന്റെ മോ...ൻ. മോ...നേ...

(ഒരു വിറയലോടെ നിലച്ചുപോകുന്ന അമ്മയുടെ ശബ്ദം. അച്ഛന്റെ വിങ്ങി ക്കരച്ചിൽ. അമർത്തിയൊതുക്കാനായി ഓടിവരുന്ന വിഷാദമധുരമായ ഒരു താരാ ട്ടിന്റെ ഈണം).

നാടകം: ടി.എൻ. പ്രകാശ്

■

ഭയം

പുറത്ത് എന്തോ ശബ്ദം കേട്ടപ്പോൾ അയാൾ ഞെട്ടിപ്പിടഞ്ഞെഴുന്നേറ്റു. അയാളുടെ ഉള്ള് ആളിപ്പോയിരുന്നു–ഈശ്വരാ! ചുവരോടു ചേർന്ന് അനങ്ങാതെ ശ്വാസമടക്കിപ്പിടിച്ച്, അയാൾ നിന്നു. ആരോ വരുന്നുണ്ട്! ആരായിരിക്കും? ഇടിഞ്ഞുപൊളിഞ്ഞ് ആൾപ്പെരുമാറ്റമില്ലാത്ത ഈ കാവിന്റെ തിടപ്പള്ളിയിൽ താൻ ഒളിച്ചിട്ടുണ്ടെന്നു മനസ്സിലാക്കി ഇത്ര വേഗം ഈ രാത്രിയിൽ....?

ആരായിരിക്കും?

അയാൾ ഉത്കണ്ഠയോടെ ചെകിടോർത്തു നിന്നു...

ആരോ വരുന്നുണ്ട്–

അല്പം മുന്നോട്ടാഞ്ഞ് കഠാരി മുറുകെപ്പിടിച്ച് അയാൾ തയ്യാറായി നിന്നു. മുറുകിപ്പൊട്ടാൻ പോകുന്ന ഒരു കയർപോലെയായിരുന്നു അയാൾ. അപ്പോൾ അയാൾ ചതഞ്ഞ കാലിന്റെ വേദന മറന്നുപോയി. മനസ്സിൽ ഒരൊറ്റ വിചാരമേയുണ്ടായിരുന്നുള്ളൂ. നെറ്റിയിൽനിന്നു വിയർപ്പു ധാരയായി ഒഴുകിക്കൊണ്ടിരുന്നു; കണ്ണുകൾ തീക്കട്ടകൾപോലെ ജ്വലിച്ചുകൊണ്ടിരുന്നു.

പാതിയടഞ്ഞ വാതിൽ മാത്രമേ അയാൾ കാണുന്നുണ്ടായിരുന്നുള്ളു. പക്ഷേ, മുഴുവൻ വാതിലും കണ്ടിരുന്നില്ല, അയാൾ വാതിലേ കാണുന്നുണ്ടായിരുന്നില്ല. ആ വിടവു മാത്രമേ കാണുന്നുണ്ടായിരുന്നുള്ളു... വിടവുമില്ല; അതിനപ്പുറത്തുള്ള ഇരുട്ടുമാത്രം! ഇരുട്ടിൽ ഒന്നും കാണുവാൻ കഴിഞ്ഞിരുന്നില്ല. എങ്കിലും അയാൾ കാണുന്നുണ്ടായിരുന്നു: കാവിന്റെ മുമ്പിലുള്ള വലിയ മൈതാനം, പാല, കാഞ്ഞിരക്കുറ്റി, കള്ളിച്ചെടികൾ, കല്ലുവെട്ടുകുഴികൾ... പിന്നെ ഊടുവഴിയും അതിനപ്പുറത്തുള്ള നിരത്തും....

നിരത്തിന്മേൽ നിന്ന് ആരോ ഉറക്കെ സംസാരിക്കുന്നുണ്ട്. ഊടുവഴിയിലൂടെ ആരോ ഓടിവരുന്നുണ്ട്.

പുറത്തുമുഴുവൻ വെളിച്ചമാണ്; ശബ്ദവും വെളിച്ചവും. ആളുകൾ അയാളെ അന്വേഷിച്ചുവരികയാണ്.

....വാടാ, വാ, വരുന്നവരൊക്കെ വാ! ഞാൻ ഇവിടെത്തന്നെയുണ്ട്, വാ...

ഒരു നിമിഷത്തിനുള്ളിൽ വാതിൽ തള്ളിത്തുറന്ന്...

ഇല്ല.

പുറത്തു പൂർണ്ണമായ അന്ധകാരവും നിശ്ശബ്ദതയുമായിരുന്നു.

അയാൾ വിചാരിച്ചു: ഒരുപക്ഷേ, എനിക്കു തോന്നിയതായിരിക്കും...

അയാൾ വീണ്ടും ചെകിടോർത്തുനിന്നു.

പക്ഷേ, അയാൾക്ക് എന്തെന്നില്ലാത്ത ക്ഷീണമുണ്ടായിരുന്നു. അയാളുടെ ശരീരം വിറയ്ക്കുന്നുണ്ടായിരുന്നു. അയാൾക്ക് ഉറങ്ങണമെന്നു തോന്നി. ഒരു പഴയ തുണിക്കെട്ടുപോലെ അയാൾ നിലത്തു കുഴഞ്ഞു വീണു. അയാൾ പിന്നീട് എഴുന്നേറ്റ് വാതില്ക്കലേക്കു നോക്കി നിന്നില്ല. അയാൾ നിലത്തു കാൽ നീട്ടി ചുവരോടു ചാരിയിരുന്നു. അയാളുടെ കണ്ണുകൾ അടഞ്ഞിരുന്നു...

പക്ഷേ, അപ്പോഴും അയാളുടെ കൈയിൽ ഒരു കഠാരി ഉണ്ടായിരുന്നു. കഠാരിയുടെ അലകിൽ അയാൾ വെറുതെ പിടിച്ചുകൊണ്ടിരുന്നു. അവിടെ ചോര കട്ടപിടിച്ചു കിടന്നിരുന്നു. അയാളുടെ വിയർപ്പുപൊടിയുന്ന വിരലുകളുടെ സ്പർശംകൊണ്ടോ, മുകളിൽനിന്നു വെള്ളത്തുള്ളികൾ ഇറ്റു വീഴുന്നതുകൊണ്ടോ എന്തോ, കട്ടപിടിച്ച ചോര ആർദ്രമാവുകയും അയാളുടെ വിരലുകളിൽ ഒട്ടുകയും ചെയ്തു. ചോരയുടെ രൂക്ഷമായ മണം അയാളുടെ മൂക്കിലേക്ക് അടിച്ചുകയറി.

ചോര.

ആയ്, ചോര!

അയാൾ കണ്ണു മുറുക്കെ ചിമ്മി. എന്നിട്ട് ആരോടൊന്നില്ലാതെ പതുക്കെ പറഞ്ഞു:

ചോര, ചോര, ചോര...

അയാളുടെ ചുറ്റുപാടും ചോരയുടെ പ്രവാഹമായിരുന്നു! അയാൾ ചോരയിൽ മുങ്ങിക്കിടക്കുകയായിരുന്നു. മുകളിൽനിന്നു പുരയുടെ വിടവിലൂടെ ചോരത്തുള്ളികൾ ഇറ്റുവീണ്ടുകൊണ്ടിരുന്നു.

പെട്ടെന്നു മുറിയുടെ വാതിൽ തള്ളിത്തുറന്ന് ഒരു വൃദ്ധൻ അകത്തു കടന്ന് അയാളുടെ മുമ്പിൽ വന്നുനിന്നു.

പുറത്ത്, കാറ്റു ശക്തിയോടെ വീശുന്നുണ്ടായിരുന്നു.

വൃദ്ധൻ ഗംഭീരസ്വരത്തിൽ ചോദിച്ചു:

"എന്നെ അറിയില്ലേ?"

ആ ശബ്ദം അവിടെയെങ്ങും മാറ്റൊലിക്കൊണ്ടു.

അയാൾ കണ്ണടച്ചു കിടക്കുകയായിരുന്നു.

വൃദ്ധൻ വീണ്ടും ചോദിച്ചു:

"പറയൂ എന്നെ അറിയില്ലേ?"

അയാൾ ഉറക്കത്തിലെന്നോണം പറഞ്ഞു:

"അറിയില്ലേന്നോ? പക്ഷേ,..."

വൃദ്ധൻ ചോദിച്ചു:

"എന്താണ്, പക്ഷേ?"

"നിങ്ങൾ മരിച്ചിട്ട് ഒരു കൊല്ലമായല്ലോ?"

വൃദ്ധന്റെ മുഖത്തു പുഞ്ചിരി വ്യാപിച്ചു.

"നിങ്ങൾ എത്ര കൃത്യമായി ഓർക്കുന്നു!"

"പക്ഷേ, മരിച്ചവർ വീണ്ടും..."

"നിർത്തൂ!" വൃദ്ധൻ ഇടയിൽക്കടന്നു പറഞ്ഞു: "മരിച്ചവർപോലും! എന്തു മരിച്ചവർ? എല്ലാവരും മരിച്ചവർതന്നെ. നിങ്ങളും... പക്ഷേ—"

അയാൾ അത്ഭുതത്തോടെ ചോദിച്ചു: "ഞാനോ?"

"അതെ, നിങ്ങളും. പക്ഷേ, മരണത്തെക്കുറിച്ചും മരിച്ചുകഴിഞ്ഞവരെ ക്കുറിച്ചും ഞാൻ നിങ്ങളോടു പിന്നീട് പറഞ്ഞുകൊള്ളാം. ഇപ്പോൾ ചോദി ക്കട്ടെ. ഞാൻ വന്നത് എന്തിനാണെന്നു പറയുവാൻ കഴിയുമോ?"

അയാൾ തലയാട്ടി: "ഇല്ല."

"ഇല്ല!" വൃദ്ധൻ വളരെനേരം അയാളുടെ മുഖത്തുതന്നെ നോക്കി നിന്നു. പിന്നീട് നിലത്തു കിടന്നിരുന്ന ഒരു വടിയെടുത്ത് അയാളുടെ കൈയിലുണ്ടായിരുന്ന കഠാരി തട്ടിക്കൊണ്ടു ചോദിച്ചു:

"ഇതു ഞാൻ ഉണ്ടാക്കിത്തന്നതുതന്നെയാണ്, അല്ലേ?"

അപ്പോൾ അയാൾക്ക് ആദ്യമായി ഭയം തോന്നി. വൃദ്ധന്റെ ശബ്ദം ഇടിമുഴക്കംപോലെയായിരുന്നു. ഭൂമിയിൽ ചുരുണ്ടുകിടക്കുന്ന അയാളുടെ നേരെ ആകാശത്തുനിന്ന്...

അയാൾ പതുക്കെ പറഞ്ഞു: "അതെ, നിങ്ങൾക്കോർമ്മയില്ലേ?"

വൃദ്ധൻ ആ കഠാരിതന്നെ നോക്കിനിന്നു. എന്നിട്ട് ഒരു നിശ്വാസ ത്തോടെ പറഞ്ഞു: "എത്ര നല്ല കഠാരി! പക്ഷേ, ഇതുണ്ടാക്കിത്തരു മ്പോൾ നിങ്ങൾ എനിക്കൊരുറപ്പുതന്നിരുന്നു. പിന്നീട് നിങ്ങൾ അതു മറന്നുപോയി..."

വൃദ്ധന്റെ സ്വരത്തിൽ അവ്യക്തമായ ഒരു വേദന നിഴലിച്ചിരുന്നു.

അയാൾ എന്തോ പറയുവാൻ നോക്കിയപ്പോൾ വൃദ്ധൻ അയാളെ തടഞ്ഞു: "വേണ്ട; എനിക്കെല്ലാമറിയാം. ഞാൻ പറയട്ടെ, ഒരു

സന്ധ്യയ്ക്കാണു നിങ്ങൾ എന്നെ വിളിക്കാനാളയച്ചത്. ഞാൻ വിചാരിച്ചു: എന്തിനാണപ്പാ, ഈ സന്ധ്യയ്ക്കു വിളിക്കാനാളയച്ചത്? നേരം പുലർന്നിട്ടു പോരെ? പക്ഷേ, നിങ്ങളുടെ പണിക്കാരൻ പറഞ്ഞു: പോരാ, ഇപ്പോൾത്തന്നെ വേണം. അലമാരിയുടെ താക്കോൽ കാണാനില്ല. എന്തോ ഒന്ന് എടുക്കാനുണ്ട്. പൂട്ടു പറിച്ചിട്ട്, ഇപ്പോൾത്തന്നെ.

പിന്നെ ഞാനൊന്നും പറഞ്ഞില്ല. എന്തു പറയാനാണ്? ഞാനൊരു 'കൊല്ലൻ' മാത്രമല്ലേ? നിങ്ങളൊക്കെ പറയുന്നതു കേൾക്കേണ്ടവനല്ലേ? നിങ്ങളാണെങ്കിൽ പണക്കാരൻ, പ്രമാണി..."

"പണക്കാരൻ, പ്രമാണി!"

"അതെ; 'എന്തുകൊണ്ടല്ല? എന്റെ കണ്ണിൽ നിങ്ങൾ പ്രമാണി തന്നെയായിരുന്നു. ഒരുപക്ഷേ, പണക്കാരനെന്ന നിലയ്ക്കു മാറ്റം വന്നിരിക്കാം. പക്ഷേ, പണം —പണം ആർക്കുവേണം? പണം വരുന്നു, പോകുന്നു! നായയ്ക്കുപോലും പണം വേണ്ടല്ലോ! ഇത് ഒരു വെറും കൊല്ലനായ എനിക്കറിയാമായിരുന്നു. പക്ഷേ, നിങ്ങളോ? നിങ്ങൾ കേവലം ഒരു വിഡ്ഢിയെപ്പോലെ പെരുമാറി. എന്തൊരു വേവലാതിയും പരിഭ്രമവുമായിരുന്നു നിങ്ങൾക്ക്! അതിന്റെയൊക്കെ ആവശ്യമുണ്ടായിരുന്നോ? കുറെ പണം പോയി; അത്രയല്ലേയുള്ളൂ? വേറെയൊന്നും സംഭവിച്ചിട്ടില്ലല്ലോ..."

"പക്ഷേ..."

"വേണ്ട, വേണ്ട; ഞാൻതന്നെ പറയട്ടെ. നിങ്ങളുടെ വീട്ടിൽ ഞാൻ എത്തിയപ്പോൾ നേരം നല്ലപോലെ ഇരുട്ടിയിരുന്നു. ഓർക്കുന്നുണ്ടോ? പണിക്കാരൻ എന്നെ ആപ്പീസുമുറിയിൽ കൊണ്ടാക്കിയിട്ടു പോയി. മുറിയിൽ നിങ്ങൾ മാത്രമേ ഉണ്ടായിരുന്നുള്ളൂ. ഞാൻ ചോദിച്ചു: ഏത് അലമാരയ്ക്കാണാവോ... പക്ഷേ, നിങ്ങൾ ഒന്നും പറയാതെ പോയി മുറിയുടെ വാതിൽ ചാരുകയാണു ചെയ്തത്. മുറിയിലെ മങ്ങിയ വെളിച്ചത്തിലും എനിക്കു നിങ്ങളുടെ മുഖം നല്ലതുപോലെ കാണാൻ കഴിഞ്ഞു. നിങ്ങളുടെ മുഖം കടലാസുപോലെ വിളറിയിരുന്നു; എന്തോ കണ്ടു വല്ലാതെ ഭയപ്പെട്ടിട്ടെന്നപോലെ...."

ഞാൻ വീണ്ടും പറഞ്ഞു: "ഏതാ അലമാരയുടെ പൂട്ട്?"

നിങ്ങൾ എന്റെ മുഖത്തുനിന്നു കണ്ണെടുക്കാതെ വളരെ പതുക്കെ പറഞ്ഞു: "എനിക്കു ഒരു കഠാരി വേണം; അതിനാണ്..."

കഠാരി! എനിക്കതു കേട്ടപ്പോൾ ആദ്യം ചിരിക്കാനാണു തോന്നിയത്. എന്തിനാണപ്പാ ഇയാൾക്കൊരു കഠാരി? ഇനി വേണമെങ്കിൽ തന്നെ, ഒന്നാന്തരം കമ്പനിക്കഠാരികൾ അങ്ങാടിയിൽ വാങ്ങാൻ കിട്ടുമല്ലോ! പിന്നെ എന്തിനാണൊരു... ഞാനതു – നിങ്ങളോടു പറയുകയും ചെയ്തു. പക്ഷേ, നിങ്ങൾ പറഞ്ഞു: "അതു വേണ്ട; എനിക്കു നല്ല ഒരു നാടൻ കഠാരിയാണ്..."

ഞാൻ ചോദിച്ചു: എന്തിനാണിപ്പോൾ ഒരു കഠാരി!

എനിക്കു സംശയമുണ്ടായിരുന്നു. പക്ഷേ, എന്തു ചോദിച്ചിട്ടും നിങ്ങൾ പറഞ്ഞില്ല. നിങ്ങൾ വെറുതെ ഉരുവിടുക മാത്രം ചെയ്തു. എനിക്കു ഭയമുണ്ട്; എനിക്ക് ഭയമുണ്ട്...

നിങ്ങൾക്ക് ഭയമുണ്ടായിരുന്നുവെന്നതു വളരെ വ്യക്തമായിരുന്നു. അതു പറഞ്ഞറിയിക്കേണ്ട യാതൊരാവശ്യവുമുണ്ടായിരുന്നില്ല. പക്ഷേ, എന്തായിരുന്നു അതിന്റെ കാരണം? അതുമാത്രം നിങ്ങൾ പറഞ്ഞില്ല...

എങ്കിലും നാട്ടിലുള്ള മറ്റെല്ലാവരേയുംപോലെ ഞാനും ചിലതൊക്കെ അറിഞ്ഞിരുന്നു! നിങ്ങളുടെ കച്ചവടം നഷ്ടത്തിലാണു നടക്കുന്നതെന്നും കടക്കാരിൽ ചിലർ നിങ്ങളുടെ പേരിൽ കേസുകൊടുക്കുവാൻ പോകുന്നുണ്ടെന്നും മറ്റും... ശത്രുക്കളുടെ ദോഷപ്രവൃത്തികൊണ്ടാണ് നിങ്ങൾക്ക് അടിക്കടി നാശനഷ്ടങ്ങൾ സംഭവിക്കുന്നതെന്നു നിങ്ങൾ വിശ്വസിച്ചിരുന്നതും ഞാനറിഞ്ഞിരുന്നു. നിങ്ങൾ ഒരു രാത്രി ഏതോ ഒരു മലയൻ പണിക്കരെ വീട്ടിന്റെ മുമ്പിലുള്ള വയലിൽവെച്ചു പിടിച്ച്..."

വൃദ്ധൻ ഒന്നും പറയാതെ അയാളുടെ മുമ്പിൽത്തന്നെ നില്ക്കുകയായിരുന്നു. വൃദ്ധൻ എന്തോ കാത്തുനില്ക്കുകയാണെന്ന് അയാൾക്കു തോന്നി. എന്തായിരിക്കാം? ആ കണ്ണുകളിലേക്കുതന്നെ നോക്കിയിരുന്നപ്പോൾ അയാൾക്കു ഭയം തോന്നി. ഒരുപക്ഷേ, ഞാൻ മരിച്ചുവീഴാൻ കാത്തുനില്ക്കുകയായിരിക്കുമോ? പെട്ടെന്ന് അയാൾ ഉറക്കെ വിളിച്ചു ചോദിച്ചു:

"നിങ്ങളാരാണ്? എനിക്കു മനസ്സിലാകുന്നില്ലല്ലോ...'

വൃദ്ധൻ പറഞ്ഞു:

"ഞാൻ മരണമാണ്—"

"അതെ, മരണം. ഇപ്പോൾ നിങ്ങൾക്കു മനസ്സിലാവുകയില്ല. ഏതാനും മണിക്കൂറുകൾകൂടി കഴിയട്ടെ. നേരം പ്രകാശമാകുമ്പോൾ..."

അയാൾ ചുവരോടുചേർന്ന്, നിലത്തു കാൽനീട്ടിയിരുന്നു. അയാൾക്കു ക്ഷീണമുണ്ടായിരുന്നു. അയാളുടെ കണ്ണുകൾ അടഞ്ഞിരുന്നു.

പുറത്ത് ആരവമായിരുന്നു. കാവിലെ ഉത്സവത്തിനു വന്നുചേർന്ന പുരുഷാരത്തിന്റെ ഇരമ്പിക്കയറുന്ന ശബ്ദം — തൊട്ടിലാട്ടക്കാർ, ചന്തക്കാർ, വഴിവാണിഭക്കാർ, കാണികളായി വന്ന സ്ത്രീപുരുഷന്മാർ, കുട്ടികൾ. ഇവരെല്ലാവരും കൂടിച്ചേരുമ്പോഴുണ്ടാകുന്ന മുഴക്കത്തിൽ ചെണ്ടയുടെയും ഇലത്താളത്തിന്റെയും കുഴലിന്റെയും ശബ്ദം അലിഞ്ഞുചേർന്നിരുന്നു.

അയാൾ പറമ്പിന്റെ ഒരു മൂലയിലായി വെറുതെ നില്ക്കുകയായിരുന്നു. അയാൾ ഒന്നും വ്യക്തമായി കാണുകയോ കേൾക്കുകയോ

ചെയ്യുന്നുണ്ടായിരുന്നില്ല. സ്വന്തമായ ദുഃഖത്തിന്റെയും ഭയത്തിന്റെയും കയത്തിൽ അയാൾ മുങ്ങിക്കിടക്കുകയായിരുന്നു.

പിന്നെ, അയാളെന്തിന് അവിടെപ്പോയി? അയാൾക്കുതന്നെ അറിഞ്ഞുകൂടായിരുന്നു! എന്തിനാണ് പോയത്? ദൈവവും മനുഷ്യനും കൂടിച്ചേർന്നുണ്ടാക്കുന്ന ആ വലിയ ബഹളത്തിൽ പങ്കുകൊള്ളാൻ ഇനിയൊരിക്കലും പോവുകയില്ലെന്ന് അയാൾ തീർച്ചപ്പെടുത്തിയതല്ലേ? എന്നിട്ടും.. കിടക്കയിൽനിന്ന് അയാൾ ഞെട്ടിയെഴുന്നേറ്റു. ഭാര്യ പരിഭ്രമത്തോടെ ചോദിച്ചു: "എന്താ?"

അയാൾ ഒന്നും പറഞ്ഞില്ല.

അപ്പു അരികിൽത്തന്നെ നില്ക്കുന്നുണ്ടായിരുന്നു. അവന്റെ കൈ ചേർത്തു പിടിച്ച് അയാൾ നെഞ്ചത്തുവച്ചപ്പോൾ, ദൈവമേ! അന്ന് അവസാനമായി അവന്റെ ശ്വാസം വേർപെടുന്നതിനുമുമ്പുണ്ടായ അതേ അനുഭവംതന്നെ.

അവർ രണ്ടുപേരും കൂടി കാവിലേക്കു പോയി. അപ്പുവിന്റെ മരണത്തിനുശേഷം ഇനിയൊരിക്കലും കാവിൽ പോവുകയില്ലെന്ന് അയാൾ തീർച്ചപ്പെടുത്തിയതായിരുന്നു. പക്ഷേ, അവൻതന്നെ വന്നു നിർബന്ധിക്കുമ്പോൾ... പിന്നെ അയാൾക്കെന്താണാലോചിക്കാനുള്ളത്?

അപ്പു കൂടെയുള്ളത് അവന്റെ അമ്മയ്ക്കുപോലും മനസ്സിലായിരുന്നില്ല. പക്ഷേ, അയാൾക്ക് അവനെ കാണാനും അവനെ തൊടാനും അവൻ പറയുന്നത് കേൾക്കാനുമൊക്കെ കഴിഞ്ഞിരുന്നു.

കാവിൻവളപ്പിലെ പാലയുടെ ചുവട്ടിലെത്തിയപ്പോൾ അപ്പു പറഞ്ഞു: "നമുക്കിവിടെ നില്ക്കാം... എന്നാൽ ആരും നമ്മളെ കാണില്ല..."

അവർ രണ്ടുപേരും ആ മരച്ചുവട്ടിൽ നിന്നു.

അവരുടെ അരികിലൂടെ ആളുകൾ പൊയ്ക്കൊണ്ടിരുന്നു. പുതിയ കുപ്പായം ധരിച്ച കുട്ടികൾ! അവരുടെ കൈയിൽ വർണ്ണപ്പകിട്ടുള്ള വലിയ ബലൂണുകളും വായിൽ പീപ്പികളുമുണ്ടായിരുന്നു. കവിൾ വീർപ്പിച്ച് അവർ ഉറക്കെ ഊതിക്കൊണ്ടിരുന്നു! പീ, പീ, പീ.. അമ്മമാർ പറഞ്ഞു: "ഓ ഇതെന്തൊരു ശബ്ദമാണ്—ഒന്നു മിണ്ടാതിരുന്നാട്ടെ!" എന്നിട്ട് അവർ വീണ്ടും കേവലം നിസ്സാരങ്ങളായ നാട്ടുവർത്തമാനങ്ങളിൽ മുഴുകി—എത്ര നാളായെടോ കണ്ടിട്ട്! നിന്റെ ഈ ബ്ലൗസിന്റെ തുണി അസ്സലായിട്ടുണ്ട്. പിന്നെ വേറെ ഒരുത്തിയുണ്ടായിരുന്നില്ലേ, നിന്റെ അങ്ങേ വീട്ടിൽ? മുഖത്തൊരു കലയുള്ള... എന്തായിരുന്നപ്പ അവളുടെ പേര്... മുതിർന്ന പുരുഷന്മാർ പറഞ്ഞു: ഒന്നു വേഗം നടന്നാട്ടെ! എന്തൊരു വർത്തമാനമാണ്! എന്നിട്ട് അവർ പരസ്പരം...

...ഠോ—! ആരുടെ ബലൂണാ പൊട്ടിയത്? ആങ്, വേണ്ട, വേണ്ട; മോന് വേറെ പുതിയതു വാങ്ങിത്തരുമല്ലോ— നല്ല പൊട്ടാത്ത....

അപ്പു അയാളെ നോക്കി പുഞ്ചിരിച്ചു.

അയാൾ അവന്റെ മൃദുലമായ കൈപിടിച്ചു പുതുക്കെ അമർത്തി. പക്ഷേ,... അപ്പു പൊയ്ക്കഴിഞ്ഞിരുന്നു. അയാൾ തനിച്ചായി. വളരെനേരമായി ആ പാലയുടെ ചുവട്ടിൽ, നിഴലിലായി, അയാൾ തനിച്ചു നില്ക്കുകയായിരുന്നു.

"അല്ലാ, ഇതാരാ? നമ്മളെ..."

അയാൾ ഞെട്ടി നോക്കിയപ്പോൾ അമീൻ മുഹമ്മദാലി മുമ്പിൽ നില്ക്കുന്നതു കണ്ടു.

മുഹമ്മദാലി പുഞ്ചിരിക്കുകയായിരുന്നു.

"നിങ്ങളുടെ കാര്യം ഇപ്പം പറഞ്ഞതേയുള്ളു. ദാ, ആ പൈതൽ നായരും കൂട്ടരും കണ്ടില്ലേ—"

മുഹമ്മദാലി അകലെ, കാവിന്റെ മുമ്പിലേക്കു ചൂണ്ടിക്കാട്ടി. അവിടെ പൈതൽനായരും ഏതാനും കൂട്ടുകാരും വിളക്കുകാലിന്റെ ചുവട്ടിൽ വട്ടമിട്ടു നിന്ന് എന്തോ കാര്യമായി സംസാരിക്കുന്നുണ്ടായിരുന്നു.

ആ കൂട്ടത്തിൽ ഒരുകാലത്ത് അയാളുടെ കീഴിൽ പ്രവൃത്തിയെടുത്തിരുന്ന ഏതാനും പേരെയും അയാൾ കണ്ടു.

മുഹമ്മദാലി കുറച്ചുകൂടി അയാളുടെ അരികിലേക്ക് മാറി പതുക്കെ പറഞ്ഞു:

"നിങ്ങളു സൂക്ഷിക്കണം—"

"ഞാനോ?'

മുഹമ്മദാലി അദ്ഭുതത്തോടെ പറഞ്ഞു:

"പിന്നെ നിങ്ങളല്ലാണ്ടാരാ?"

അയാൾ പറഞ്ഞു:

"ഇനി എന്തു സൂക്ഷിക്കാനാ? വരുന്നതു വരും എന്നല്ലാതെ..."

പിന്നീട് എന്തോ ഓർത്തിട്ടെന്നപോലെ അയാൾ ഇത്രകൂടി പറഞ്ഞു:

"അല്ലെങ്കിൽ, ഇനി എന്താണു സൂക്ഷിക്കാനുള്ളത്...?"

അയാളുടെ മുഖത്തു വേദനകലർന്ന ഒരു പുഞ്ചിരിയുണ്ടായിരുന്നു.

അമീൻ മുഹമ്മദാലി പറഞ്ഞു:

"ഇനി എന്താണു സൂക്ഷിക്കാനുള്ളതെന്നോ? നിങ്ങളുടെ തടി. മനസ്സിലായോ? ആ പൈതൽനായര് നിങ്ങളെ നശിപ്പിക്കും; സൂക്ഷിച്ചോ— അല്ലെങ്കിൽ...?"

അയാൾ ഒന്നും പറയാതെ നിന്നു.

മുഹമ്മദാലി അയാളെ പഠിക്കുകയായിരുന്നോ?

മുഹമ്മദാലി പോകുമ്പോൾ പറഞ്ഞു:

"നാളെ കാലത്തു ഞാൻ അങ്ങോട്ടു വരുന്നുണ്ട്; ഒരു വാറണ്ടിന്റെ സംഗതിയാ..."

വാറണ്ട്, വാറണ്ട്, വാറണ്ട്... പിന്നീട് ഒന്നും ഓർക്കാൻ കഴിഞ്ഞില്ല.

കാവിന്റെ മുകളിലുള്ള വിശാലമായ പറമ്പ് വിജനവും ഇരുട്ടും നിറഞ്ഞതുമായിരുന്നു. നിരത്തിന്മേൽനിന്ന് ഊടുവഴിയിലേക്കു തിരിയുന്ന ദിക്കിലെത്തിയപ്പോൾ അയാൾ സംശയിച്ചുനിന്നു; നാലുപാടും നല്ലതുപോലെ നോക്കി. ഇവിടെയെങ്ങാനും പൈതൽനായരും കൂട്ടുകാരും ഒളിച്ചുനില്ക്കുന്നുണ്ടാകും — അയാൾ വിചാരിച്ചു: മറ്റൊന്നും വേണ്ട; അയാൾ പോകുന്ന വഴിക്കു ക്ഷുദ്രകർമ്മം ചെയ്ത് അല്പം പൊടി വിതറിയാൽ മതി. അങ്ങനെയാണ് അയാളുടെ അപ്പുവിനെ...

മരവിപ്പിക്കുന്ന ഒരു കാറ്റ് അയാളെ കടന്നുപോവുകയും ഭയം നിമിത്തം അയാൾ അടിമുടി വിറയ്ക്കുകയും ചെയ്തു.

പാലമരത്തിന്റെ മുകളിലിരുന്നു നത്തു മൂളുന്നുണ്ടായിരുന്നു.

അയാൾ ഒന്നുകൂടി സംശയിച്ചുനിന്നു. നാലുപാടും നോക്കി. ഇരുട്ടു നിമിത്തം ഒന്നുംതന്നെ കാണുവാൻ കഴിഞ്ഞിരുന്നില്ല. ചെകിടോർത്തു നിന്നപ്പോൾ, അരികിലോ ദൂരത്തോ ആയി യാതൊരു ശബ്ദവും.. രാപ്പക്ഷികളുടേതൊഴിച്ച്... കേൾക്കുവാനുണ്ടായിരുന്നില്ല. അയാൾക്ക് അപ്പോൾ അല്പം സമാധാനമായി. അയാൾ ബദ്ധപ്പെട്ടു നടന്നു.

അയാൾ വേട്ടയാടപ്പെടുന്ന ഒരു മൃഗമായിരുന്നു. എന്താണു താൻ ചെയ്ത പാപമെന്ന് അയാൾക്ക് മനസ്സിലായിരുന്നില്ല. അറിഞ്ഞുകൊണ്ട് അയാൾ ആർക്കും ഒരു ദോഷവും ചെയ്തിരുന്നില്ല. ഉണ്ടെങ്കിൽ ഉപകാരമേ ചെയ്തിട്ടുള്ളു. എന്നിട്ടും...ഹുണ്ടിക്കാരൻ സേട്ടു കല്ലുപോലെ നിശ്ചലനും നിർവികാരനുമായിരുന്നു. സേട്ടുവിന് ഒന്നേ പറയാനുണ്ടായിരുന്നുള്ളു; "നായരേ, ഇതൊന്നും പറഞ്ഞതുകൊണ്ടായില്ല. എടവാട് എടവാടുതന്നെയാ. അല്ലെങ്കിൽപ്പിന്നെ നമ്മളെന്തിനാ ഗുജറാത്ത്ന്നേ ഇങ്ങു വന്ന് ഈ വ്യാപാരം ചെയ്യുന്നത്?"

ആരെയും കണ്ടുമുട്ടാതിരിക്കണേ എന്നു പ്രാർത്ഥിച്ചുകൊണ്ടാണ് സന്ധ്യകഴിഞ്ഞതിനുശേഷം സേട്ടുവിനെ കാണാൻ ടൗണിൽ ചെന്നത്. എന്നിട്ടും...

പൈതൽനായർ!

പൈതൽനായരുടെ വഞ്ചനയും ക്രൗര്യവും കലർന്ന മുഖം മനസ്സിൽ തെളിഞ്ഞുവന്നു.

എന്തിനാണ്, എന്തിനാണ്, പൈതൽനായർ എന്നെ ഇങ്ങനെ ചെയ്യിക്കുന്നത്?

അയാൾ വേദനയോടും പരിഭ്രമത്തോടുംകൂടെ ഓർത്തു: എന്തിനാണ്, എന്തിനാണ്...?

പക്ഷേ, അതിനൊരുത്തരവുമുണ്ടായിരുന്നില്ല.

...അമീൻ മുഹമ്മദാലി പറയുന്നു: "ദാ, സൂക്ഷിക്കണം." കാര്യസ്ഥൻ കേളുക്കുറുപ്പു പറയുന്നു: "ദാ സൂക്ഷിക്കണം."

രാരിച്ചൻമൂപ്പനും—എല്ലാവരും പറയുന്നു: "സൂക്ഷിക്കണേ—"

എന്തു സൂക്ഷിക്കാനാണ്?— അയാളുടേതായ പ്രഭാവം മുഴുവൻ അസ്തമിച്ചു കഴിഞ്ഞില്ലേ?

എത്ര വേഗത്തിലാണ്? ധനനഷ്ടം, മാനഹാനി, രോഗം, മരണം...

....അയാൾ വീണുകിടക്കുകയായിരുന്നു. നാലുപാടുനിന്നും അയാളുടെ മേൽ കല്ല്, മരം, മുള്ള്, ആയുധങ്ങൾ — എല്ലം വർഷിച്ചുകൊണ്ടിരുന്നു. കൊല്ല്, കൊല്ല് ആളുകൾ വിളിച്ചുപറഞ്ഞു. അയാൾ മരിക്കുകയായിരുന്നു. അയാൾ അതറിയുന്നുണ്ടായിരുന്നു. കാലിന്മേൽ നിന്നു തുടങ്ങി. മുകളിലേക്കു പതുക്കെ പതുക്കെ... അവസാനമായി, വെളിച്ചം കാണുവാൻ വേണ്ടി ഒന്നു പതുക്കെ കണ്ണുമിഴിച്ചപ്പോൾ അയാൾ കണ്ടു; അയാളുടെ കൈയിൽനിന്നും നഷ്ടപ്പെട്ട പറമ്പുകളുടെയും വയലുകളുടെയും എടുപ്പുകളുടെയും ഇടയിലൂടെ ആകാശം മുട്ടുന്ന ഒരു മഹാ രാക്ഷസനെപ്പോലെ പൈതൽനായർ കാൽ നീട്ടിനീട്ടി വച്ചു നടന്നു പോകുന്നു! പൈതൽനായരുടെ ചുമലിൽനിന്ന് അയാളുടെ അപ്പുവിന്റെ ശരീരം തൂങ്ങുന്നുണ്ടായിരുന്നു. ഒരു വലിയ ചങ്ങലയുടെ അറ്റത്തായി അയാളുടെ അമ്മയും ഭാര്യയും...

പെട്ടെന്നു പിറകിൽനിന്ന് ആരോ വിളിച്ചു ചോദിച്ചു:

"ആരടാ, അത്?"

അയാളുടെ നെഞ്ചിടിപ്പു നിന്നുപോയി.

"ദൈവമേ!"

കരിയിലകൾ വീണുകിടക്കുന്ന കാവിൻപറമ്പിലൂടെ ആരോ ചിലർ ഓടിവരുന്നുണ്ടായിരുന്നു.

ഉത്കടമായ ഭയം നിമിത്തം അയാളുടെ കാലുകൾ നീങ്ങിയില്ല.

"ആരടാ, അത്?"

വീണ്ടും ആ ചോദ്യം വിശാലവും ജനശൂന്യവുമായ കാവിൻപറമ്പിൽ മുഴങ്ങി.

"പിടിയെടാ അവനെ—"

ഇത്തവണ പൈതൽനായരുടെ ശബ്ദമായിരുന്നു.

"ദൈവമേ...!"

അയാൾ ഓടി.

ഇരുട്ടിൽ വഴി കാണുന്നുണ്ടായിരുന്നില്ല. എങ്കിലും അയാൾ ഓടി. അയാൾ അത്രവേഗത്തിൽ ഒരിക്കലും ഓടിയിട്ടുണ്ടായിരുന്നില്ല. അയാൾ ജീവനുവേണ്ടി ഓടുകയായിരുന്നു. പാടത്തിലൂടെയും പുഴക്കരയിലൂടെയും തോട്ടുവരമ്പിലൂടെയുമൊക്കെ ഓടി. നായ്ക്കൾ കുരയ്ക്കുകയും ആളുകൾ വലിയ വിളക്കുകളുമായി നാലുപാടുനിന്നും... അയാൾ ജീവനുവേണ്ടി പിന്നെയും ഓടി.

ഒടുവിൽ അയാൾ തളരുകയും ഏതാനും നിമിഷങ്ങൾക്കുള്ളിൽ പിടികൂടപ്പെടുമെന്നു ബോദ്ധ്യം വരികയും ചെയ്തപ്പോൾ തിരിഞ്ഞു നിന്നു കഠാരിയെടുത്തു കുത്തി.

കരിക്കിന്റെ കണ്ണിൽനിന്നും വെള്ളം തെറിക്കുന്നതുപോലെയായിരുന്നു – ചൂടുള്ള ചോര ഒരു സീൽക്കാരത്തോടെ അയാളുടെ മുഖത്തേക്കു തെറിച്ചുവീണു. ഒരു നിമിഷനേരത്തേക്ക് അയാൾ അന്ധാളിച്ചു നിന്നുപോയി. പക്ഷേ, അത് ഒരു നിമിഷനേരത്തേക്കു മാത്രമായിരുന്നു. പിന്നീട് അയാൾ ഒരു ഭ്രാന്തനെപ്പോലെ മുമ്പോട്ടു പാഞ്ഞു. കണ്ണിൽ കണ്ടവരെയൊക്കെ തെരുതെരെ കുത്തി. അയാൾ വിളിച്ചു പറയുന്നുണ്ടായിരുന്നു; ഇതുവരെ സഹിച്ചു, ഇനി ഇല്ല, ഇല്ല..

എല്ലാം കഴിഞ്ഞപ്പോൾ അയാൾക്ക് അത്ഭുതം തോന്നി.

പൈതൽനായരെവിടെ?

....അയാൾ പൈതൽനായരുടെ വീട്ടുവാതില്ക്കൽ കാത്തുനില്ക്കുകയായിരുന്നു. കഠാരി മുറുകെപ്പിടിച്ചു ചുവരോടുചേർന്ന്, അയാൾ ശ്വാസമടക്കി നിന്നു. ആരോ വിളക്കുമായി വാതിൽ തുറക്കാൻ വരുന്നുണ്ടായിരുന്നു.

സാക്ഷ നീങ്ങുന്ന ശബ്ദം കേട്ടു.

അയാൾ ആകെ വിങ്ങിപ്പൊട്ടി.

പൈതൽനായർ! എന്തൊക്കെ എന്തൊക്കെ ദ്രോഹങ്ങൾ!...

വാതിൽ...

അയാൾ മുമ്പോട്ടു പാഞ്ഞു കുത്തി.

പക്ഷേ....

അതു പൈതൽനായർതന്നെ ആയിരുന്നുവോ?

എല്ലാം ഒരു നൊടിയിൽ കഴിഞ്ഞുവെങ്കിലും വിളക്കിന്റെ പ്രകാശത്തിൽ, ഒരു സ്ത്രീയുടെ അന്ധാളിച്ച മുഖം അയാൾ വ്യക്തമായി കാണുകയുണ്ടായി.

മരണവേദനയോടെ ആ സ്ത്രീ വാതിലടച്ചുകളഞ്ഞു. അപ്പോൾ അയാളുടെ കാൽ...

പഴകി ജീർണിച്ച ആൾപ്പെരുപ്പമാറ്റമില്ലാത്ത കാവിന്റെ തിടപ്പള്ളിയിൽ ചുവരോടു ചേർത്ത് അയാൾ അർദ്ധസുഷുപ്തിയിൽ കിടക്കുകയായിരുന്നു....

നേരം ഒരിക്കലും പുലരുകയില്ല. രാവ് നീണ്ടുപോവുകയാണ്. പക്ഷേ, എപ്പോഴെങ്കിലുമൊരിക്കൽ പുലരുമെങ്കിൽ ഞാനിവിടെത്തന്നെയുണ്ടാകും. അതുവരെ ഞാൻ മരിക്കില്ല. രാവിലെ പീടിക തുറക്കുവാനായി കാവിന്റെ മുമ്പിലൂടെ പോകുമ്പോൾ ഓടിച്ചെന്ന്, 'ഏയ് അവിടെ നില്ക്ക്—' അപ്പോൾ അവന്റെ മുഖം എങ്ങനെയായിരിക്കും—? കഠാരി കാണുമ്പോൾ. അവൻ പറയും, 'പക്ഷേ, ഞാൻ... ഞാൻ...' ഇല്ല, ഇല്ല, നീ ഒന്നും ചെയ്തിട്ടില്ല. എത്ര നല്ല ആളാ! ഓടണ്ട. ഓടിയാൽ നിന്നെ ഞാൻ ഇതാ—'

ഖിഷ്—!

അ...മ്മേ...

രാവിലെ റോഡിലൂടെ പോയിരുന്ന ആളുകൾ കണ്ടു: അയാൾ അവിടെ നിരത്തുവക്കിൽ വീണുകിടക്കുകയായിരുന്നു. അയാൾ മരിച്ചു കഴിഞ്ഞിരുന്നു. ഒരു കാൽ അല്പം ചതഞ്ഞു വീങ്ങിയിരുന്നുവെന്നുള്ള തൊഴിച്ചാൽ, അയാളുടെ ശരീരത്തിൽ യാതൊരു പരുക്കുകളുമുണ്ടായിരുന്നില്ല. അയാളുടെ കൈയിലുണ്ടായിരുന്ന പുതിയ കഠാരിയിൽ ചോരക്കറയുമുണ്ടായിരുന്നില്ല.

■

തിരനാടകം

ഭയം

ടി. പദ്മനാഭന്റെ ഏറ്റവും നല്ല കഥകളിലൊന്ന്
എന്നു പേരുകേട്ടതാണ് 'ഭയം'.
അതിനെ ആധാരമാക്കി രചിച്ച തിരക്കഥ അതേപേരിൽ.

മൂലകഥ

ടി. പത്മനാഭൻ

സീൻ 1

പാതിരാവ്.

നാരായണൻനായർ വയൽവരമ്പിലൂടെ വീട്ടിലേക്കു വരുന്നു. കൈയിലുള്ള മൂന്നുനിര ടോർച്ച് ഇടയ്ക്കിടെ തെളിയുന്നുണ്ട്. ചുറ്റും കനത്ത ഇരുട്ട്. ചീവീടുകളുടെ സംഗീതം. വീട്ടുപറമ്പിലേക്കുള്ള നട കയറാൻനേരം തൊട്ടിടത്തു ഭാഗത്ത് ഒരിളക്കം. നാരായണൻനായർ ടോർച്ചടിക്കുന്നു. ഒരാൾ ഓടുന്നു, നാരായണൻനായരും പിറകെ. കുതികാൽവെച്ച് നാരായണൻനായർ അയാളെ വീഴ്ത്തുന്നു. ടോർച്ചടിക്കുന്നു. മലയൻപണിക്കരുടെ കിതയ്ക്കുന്ന മുഖം. ചിന്നിച്ചിതറിക്കിടക്കുന്ന അരിമണികൾ. ചെക്കിപ്പൂക്കൾ. ഭസ്മം. എല്ലിൻകഷണം. പുലിനഖം. പുളിനാരങ്ങ. ചോന്ന പട്ട്. മുടിച്ചുരുൾ. കുടമണി... കറുത്ത നൂലുപോലുള്ള മലയനെ തൂക്കിയെടുത്ത് മുന്നിൽ നിർത്തി നാരായണൻനായർ കത്തിച്ചുപിടിച്ച ടോർച്ചുകൊണ്ട് ഒന്നു വീശി. മലയനു കൊണ്ടില്ല. കാലിൽ വീണുകിടന്ന് “അടിയനെ രച്ചിക്കണേ...” എന്നു വലിയവായിൽ നിലവിളിക്കുന്ന മലയൻപണിക്കർ.

നാരായണൻനായർ: എഴുന്നേക്കെടാ – എടാ... എഴുന്നേല്ക്കാൻ.

നാരായണൻനായരുടെ കാലുകൾ കെട്ടിവരിഞ്ഞുകൊണ്ട് മലയൻ: തച്ച് കൊല്ലൂല്ലാന്ന് പറഞ്ഞാ – അടിയൻ എണീക്കാമേ...

മലയൻപണിക്കരുടെ നിലവിളി.

നാരായണൻനായർ: ആ – എഴുന്നേല്ക്ക്.

മലയൻപണിക്കർ എഴുന്നേല്ക്കുന്നു. കഴുത്തിനു തൂക്കിപ്പിടിച്ചുകൊണ്ട് നാരായണൻനായർ: നടയ്ക്കരികിൽ എന്താടാ ചെയ്തത്?

ഒരു നെടിയ നിലവിളിയോടെ മലയൻപണിക്കർ: അടിയൻ... ഒന്നൂല്ലേ. പൊലുപ്പിക്കാവിലമ്മയാണേ – ഒ... ന്നൂ...ല്ലേ...

ചിതറിക്കിടക്കുന്ന ക്ഷുദ്രകർമ്മവസ്തുക്കളിലേക്കു ടോർച്ചടിച്ച് നാരായണൻനായർ: ഇതൊക്കെ പിന്നെന്ത്നാ? നെന്റെ ചാവടിയന്തരത്തിനോ?

മലയൻ: അടിയൻ തൊടങ്ങുന്നേന്ന് മുമ്പ് തമ്പ്രാനിങ്ങ് –

നാരായണൻനായർ: ആരാ നിന്നെ വിട്ടത്?

മലയൻ മൗനം. ഏങ്ങലിന്റെ ശക്തി ഒന്നുകൂടി.

നാരായണൻനായർ: പറഞ്ഞില്ലെങ്കിൽ കൊന്നുകളയും ഞാൻ.

ഉടുമുണ്ടിൽ വയറുംകൂട്ടിയുള്ള പിടിത്തത്തിൽ നിലവിളിച്ചുപോകുന്ന മലയൻപണിക്കർ.

നാരായണൻനായർ: പറയെടാ –

കൈകൾ കൂപ്പി: പൈ...ത...ൽ...നാ...യ...ർ.

നാരായണൻനായർ തരിച്ചുനില്ക്കുന്നു. അയാളുടെ ചുണ്ടുകൾ ഇളകുന്നു: പൈതൽനായർ...

ഒരു മൂങ്ങയുടെ മൂളൽ.

സീൻ 1A

വീട്ടിറയത്തെ കോളിംഗ് ബെല്ലിൽ വിരലമർത്തുന്ന നാരായണൻനായർ. പുറത്തു വെളിച്ചം. അകത്തും. വാതിൽ തുറക്കുന്ന സുഭദ്രാമ്മ.

സീൻ 1B

കിടപ്പുമുറി. ആവശ്യത്തിനുള്ള സജ്ജീകരണങ്ങൾ. മരയലമാര, മേശ, കട്ടിൽ. കട്ടിലിൽ അപ്പു കിടക്കുന്നു. ഭർത്താവിന്റെ പരവേശമൊന്നും സുഭദ്രാമ്മ അറിയുന്നില്ല. നാരായണൻനായർ ഷർട്ടൂരിത്തുടങ്ങുന്നു.

സുഭദ്രാമ്മ: എന്തേ വൈകീത്?

നാരായണൻനായർ: സേട്ടൂനെ കാത്തിരുന്നു.

സുഭദ്രാമ്മ: കണ്ടോ?

നാരായണൻനായർ: ഇല്ല.

സുഭദ്രാമ്മ: മ്ഹൂം?

നാരായണൻനായർ: നാട്ടില് പോയതാ. രാത്രിവണ്ടിക്കു തിരിച്ചെത്തുംന്ന് സേട്ടാണി പറഞ്ഞു. അതും കേട്ട്–

സുഭദ്രാമ്മ: എവ്ടെയാ അയാളുടെ നാട്?

നാരായണൻനായർ: അങ്ങ് ഗുജറാത്തില്.

കിടന്നുറങ്ങുന്ന അപ്പുവിനെ നോക്കി നാരായണൻനായർ: നേരത്തെ ഉറങ്ങ്യോ?

സുഭദ്രാമ്മ: സന്ധ്യയ്ക്കുമുമ്പെ കേറിക്കിടന്നു. ഒന്നും കഴിച്ചില്ല. നേരിയ പനീണ്ട്.

എന്തോ ആലോചിച്ചുകൊണ്ട് നാരായണൻനായർ: ചീർമ്പക്കാവിലെ താലപ്പൊലിക്കു പോയതിൽ പിന്നെയാ അപ്പൂനിടക്കിടെ...

സുഭദ്രാമ്മ: ഏ... യ് - വെയ്ലത്ത് കളിച്ചിട്ടാ.

നാരായണൻനായർ ശ്രദ്ധിക്കുന്നില്ല. അയാൾ അപ്പുവിന്റെ നെറ്റിയിലും നെഞ്ചത്തും കൈത്തലം അമർത്തി ചൂടുനോക്കുന്നു. ചൂടുണ്ടെന്ന അറിവിൽ വിഷമത്തോടെ നാരായണൻനായർ: മലയൻപണിക്കരെക്കൊണ്ട് പാലമരച്ചോട്ടിൽ ക്ഷുദ്രകർമ്മം ചെയ്ത പൊടിവിതറീട്ടുണ്ടാകും. താലപ്പൊലിക്ക് അപ്പു അവ്ടെ തിമർത്തതാ.

ഒന്നും തിരിച്ചറിയാനാവാതെ സുഭദ്രാമ്മ: നമ്മുടെ അപ്പൂനെയെന്ത്നാ - പാവം.

നാരായണൻനായർ: ചെയ്യും. അതും അതിനപ്പുറോം-

സുഭദ്രാമ്മ: ആര്?

നാരായണൻനായർ: ആ പൈതൽനായർ.

ഭർത്താവിന്റെ ഭാവം വായിച്ചെടുക്കാനാവാതെ നോക്കിനില്ക്കുന്ന സുഭദ്രാമ്മ.

സീൻ 2

പ്രഭാതം

ഓടിട്ട തറവാട്ടുവീടിനോടു കൂട്ടിയെടുത്ത കോൺക്രീറ്റ് റൂഫുള്ള ഓഫീസ് മുറി. മേശയും കസേരകളും. മരത്തിൽ കടഞ്ഞെടുത്ത പഴയ രീതിയിലുള്ള വലിയൊരു അലമാര. കറുത്ത കുടശ്ശീല ചീന്തിയുണ്ടാക്കിയ ഡെസ്റ്റർകൊണ്ട് അലമാരയിലേയും മേശയിലേയും പൊടി തൂത്തുവൃത്തിയാക്കുകയാണ് കേളുക്കുറുപ്പ്. നാരായണൻനായർ വീട്ടുവാതിലിൽനിന്നിറങ്ങി മുറ്റത്തൂടെ നടന്ന് ഓഫീസ് മുറിയിലേക്ക്. കേളുക്കുറുപ്പ് കസേരയിലെ പൊടിതട്ടി ഭവ്യതയോടെ മാറിനില്ക്കുന്നു.

കേളുക്കുറുപ്പ്: സേട്ടൂനെക്കണ്ടു പറഞ്ഞില്ലെങ്കില് ഈടുവച്ച ഒണ്ടേൻ പറമ്പും പൈതൽനായരുടെ കൈയിലെത്തുമെന്നാ വക്കീൽ...

നാരായണൻനായർ: ഈട് വെക്കുന്നത് സേട്ടൂന്. കൈയിലെത്തുന്നത് പൈതൽനായർക്ക്. ഇതെന്തു മറിമായാ കുറുപ്പേ?

കേളുക്കുറുപ്പ്: എനിക്കൊന്നും അറിയാൻ വയ്യേ. എങ്ങനെ കഴിഞ്ഞതാ? ഈ തറവാട്ടുമുറ്റം നിറയെ-

കേൾക്കാൻ കരുത്തില്ലാതെ നാരായണൻനായർ: അതും ഇതും പറഞ്ഞ് എന്നും ഇങ്ങനെ ഓർമ്മിപ്പിക്കണ്ട. വരുന്നതു കൈനീട്ടി വാങ്ങ്വ. അത്രതന്നെ. ആ – കുറുപ്പേ?

കേളുക്കുറുപ്പ്: എന്തോ–?

നാരായണൻനായർ: അപ്പൂന് നല്ല സുഖംല്ല. ഒന്നാ നമ്പീശൻ വൈദ്യരെ–

അപ്പു ഓഫീസ്മുറിയിലേക്ക് ഓടിവരുന്നു. നാരായണൻനായർ അവന്റെ നെറ്റിയിലും കവിളിലും കഴുത്തിലും ഒക്കെ പുറംകൈവച്ചു ചൂടു നോക്കുന്നു.

നാരായണൻനായർ: കുറുപ്പൊന്ന് നോക്കിയാട്ടെ.

സ്നേഹത്തോടെ, ലാളനയോടെ അപ്പുവിനെ തൊട്ടുനോക്കുന്ന കേളുക്കുറുപ്പ്: പനീണ്ട്.

നാരായണൻനായർ: പൊറത്തെങ്ങും പോണ്ടപ്പൂ. നമ്പീശൻ വൈദ്യര് വന്നാൽ കാണിക്കണം. എനിക്കൊന്ന് സേട്ടൂനെ കാണണം.

കേളുക്കുറുപ്പ്: ഓ...

നാരായണൻനായർ അപ്പുവിനേയും കൂട്ടി പുറത്തിറങ്ങുന്നു.

സീൻ 3

പകൽ.

നടവഴി ഇറങ്ങി വയലിലേക്കു നടക്കുന്ന നാരായണൻനായർ. ഇറയ കത്തെ വലിയ തൂണുംപിടിച്ചു നോക്കിനില്ക്കുന്ന അപ്പു. വാതിൽക്കൽ സുഭദ്രാമ്മ. അവരറിയാതെ അടർന്നുവീഴുന്ന ഒരു ദീർഘനിശ്വാസം.

സീൻ 4

വൈകുന്നേരം.

സേട്ടിന്റെ വീട്ടുമ്മറം. കൈവരി കെട്ടിയ വീട്ടുമ്മറത്തിന്റെ ഒരു ഭാഗത്തു മുന്നിലൊരു പെട്ടിയുമായി കിടക്കയിലിരിക്കുന്ന സേട്ട്. രണ്ടു വലിയ ഉരുളൻ തലയണകൾ. മുറുക്കിച്ചുവപ്പിച്ച ചുണ്ടുകളും കുർത്തയും ജൂബ്ബയും തൊപ്പിയും ഒക്കെയുള്ള ഒരു ടിപ്പിക്കൽ സേട്ട്. നാരായണൻ നായർ വരുന്നതു കണ്ട് സ്വർണപ്പല്ലുകൾ ഇളിച്ചുകാട്ടിക്കൊണ്ട് സേട്ടു: ഇന്നലെ ബന്നു. മ്ഹൂ ഹൂ... നമ്മടെ ഫാര്യ പറഞ്ഞു.

മുഖവുരയൊന്നുമില്ലാതെ നാരായണൻനായർ: ഒണ്ടേൻപറമ്പിന്റെ രേഖ സേട്ടു തിരിച്ചുതരണം.

സേട്ടു: പണം കൊണ്ട്ന്ന്ട്ടുണ്ടോ-?

നാരായണൻനായർ: പണം-...

സേട്ടു: പലിശേം പലിശേന്റെ പലിശേം മൊതലും കൂട്ടി എത്ത്റയുണ്ടെന്നാ-?

ദയയ്ക്കു യാചിക്കുന്ന മട്ടിൽ നാരായണൻനായർ സേട്ടുവിനെ നോക്കുന്നു.

സേട്ടു: പാർക്കുന്ന വീട്ടിന്റേം വളപ്പിന്റേം രേഖയുണ്ടോ കൈയില്? എങ്കില് അതിങ്ങ് കൊണ്ടാ-

നാരായണൻനായർ: കൊറച്ച് സാവകാശം തന്നാ മതി. ഞാനെങ്ങനെയെങ്കിലും..

സേട്ടു: മന്ത്രവടീണ്ടോ നായറുടെ അറേല്-?

നിസ്സഹായനായി നാരായണൻനായർ: ഒറ്റ അപേക്ഷ.

കൈവരിക്കിടയിലൂടെ മുറുക്കാൻചണ്ടി തുപ്പി സേട്ടു, നായരെ ചോദ്യഭാവത്തിൽ നോക്കുന്നു.

നാരായണൻനായർ: ആ പൈതൽ നായർക്ക്-

സേട്ടു: കൊടുക്കറ്തെന്ന്- അല്ലേ? അന്നം മുട്ടീട്ടല്ല നായറേ അപ്പനപ്പൂപ്പന്മാർ തൊടങ്ങി ഇബ്ടെ ബന്ന് ബിസിനസ് ചെയ്യുന്നത്.

കൈവിരലുകൾ ഉരസി പണത്തിന്റെ സൂചന നല്കി സേട്ടു: ഇതുണ്ടാക്കാനാ. സ്വത്തും ബീടും ഇബിടെ കൂട്ടിബെച്ചിട്ട് കാര്യംല്ല. തിറിച്ച് പോകണം. നമ്മടെ മണ്ണിലേക്ക്.

നാരായണൻനായർ: പൈതൽനായർക്കൊഴികെ-

ആട്ടിപ്പായിക്കുന്ന മട്ടിൽ സേട്ടു: നായറ് പോ. ആർക്ക് എങ്ങനെ കൊടുക്കണംന്ന് നമ്മളെ പഠിപ്പിക്കണ്ട. പോ... പോ...

മുറ്റത്തേക്കിറങ്ങി ആകാശത്തിലേക്കു നോക്കുന്ന നാരായണൻ നായർ. അവസാനതുള്ളി വെളിച്ചവും ചത്തൊടുങ്ങുകയാണ്.

സീൻ 5

നട്ടുച്ച.

പുഴക്കരയിലെ മാളികവീട്. ഒതുക്കുകൾ കയറിക്കയറിപ്പോയാൽ കാണുന്ന വിശാലമായ മുറ്റവും കൊത്തുപണികളുള്ള ഉമ്മറപ്പടിയും വ്യാളീമുഖങ്ങളുള്ള തൂണുകളും പ്രാകാരങ്ങളും. ഒതുക്കുകൾ തുടങ്ങുന്നിടത്തെ ഒഴിവിൽനിന്നു മാളികവീട് പകയോടെ, അമർഷത്തോടെ നോക്കുന്ന നാരായണൻനായർ. പടികൾ ഇറങ്ങിവരുന്ന ദാമോദരനും

കരുണനും. അവർ ഒളിഞ്ഞുനോക്കുന്ന നാരായണൻനായരെ കാണുന്നു. എന്തോ കുശുകുശുക്കുന്നു. തന്നെ കണ്ടു എന്നു മനസ്സിലാക്കിയ നാരായണൻനായർ തലയുയർത്തി നില്ക്കുന്നു. കരുണനും ദാമോദരനും താഴേക്ക്.

നാരായണൻനായർ: പൈതൽനായരുണ്ടോടോ അവ്ടെ!

ദാമോദരൻ: ഇല്ലേ.

നാരായണൻനായർ: അയാള് തന്നെയാ ഒടീം കൂടോത്രേം ചെയ്യാൻ പോകുന്നത്?

കരുണൻ: മൊതലാളി മംഗലാപുരത്താ.

നാരായണൻനായർ: അവ്ടേം സാധുക്കള് കാണും – ല്ലേ?

കരുണൻ: ആവോ–

ആത്മനൊമ്പരത്തോടെ നാരായണൻനായർ: സുഖംല്ലേ ദാമോദരാ–?

ദാമോദരൻ തലകുനിക്കുന്നു. മൗനം. രണ്ടുപേരേയും മാറിമാറി നോക്കുന്ന കരുണനോട് നാരായണൻനായർ: നിനക്കിപ്പം വീടും പുതിയ പെണ്ണിനേം ഒക്കെ കിട്ട്യന്ന് കേട്ടു.

കരുണൻ: എല്ലാം പൈതൽനായരുടെ–

നാരായണൻനായർ: കൃപാകടാക്ഷം. അല്ലേ? എടാ; നിങ്ങളൊക്കെ എന്നെ മുന്ന്ന്നും പിന്ന്ന്നും കുത്തീട്ടാ ഇങ്ങോട്ടു പോന്നത്. വല്ലാതെ നൊന്തു.

ആമീൻ മുഹമ്മദാലി വയൽവരമ്പിലൂടെ അകലെനിന്നു നടന്നുവരുന്നുണ്ട്.

നാരായണൻനായർ: മോളിലൊരാളുണ്ടെന്നു മറക്കണ്ട. നാരായണൻ നായരെ പറ്റിച്ച പൈതൽനായരെ പറ്റിക്കാൻ വേറൊരു നായർ ഈ ഭൂമീലുണ്ടാവില്ലാന്ന് നിരീക്കണ്ട.

പുഴക്കരയിലെത്തിയ മുഹമ്മദലി ഒതുക്കിൽ നില്ക്കുന്ന കരുണനോടും ദാമോദരനോടും: എന്താടോ? പഴയ മുതലാളീം ആയി ഒരു കശപിശ.

കരുണൻ: ഒന്നൂല്ല.

ദാമോദരൻ: ഞങ്ങളിങ്ങോട്ട് മാറീന്ന്വെച്ച് മൊതലാളിയോടുള്ള കൂറൊന്നും ഒട്ടും കുറഞ്ഞിട്ടില്ല.

മനോവേദനയോടെ നാരായണൻനായർ: പൈതൽനായരുടെ മയക്കുപൊടി നിന്റെ നാക്കിലും ഇട്ടിട്ടുണ്ടോ ദാമോദരാ?

ആമിൻ മുഹമ്മദ്, നാരായണൻനായരെ വിളിച്ചുകൊണ്ടുപോവുന്നു. ദാമോദരനും കരുണനും തമ്മിൽത്തമ്മിൽ നോക്കുന്നു.

ദാമോദരൻ: കമാന്നൊരക്ഷരം പറയാത്ത നായരാ–!

കരുണൻ: മൊതലാളീന്ന് പറ.

ദാമോദരൻ: അത് പണ്ട്–

കരുണൻ: വെകിളിപിടിച്ച മട്ടും മാതിരീം. മ്ഹൂം. പൈതൽനായർ ഒരരിക്കാക്കീല്ലേ?

തിരുത്തിക്കൊണ്ട് ദാമോദരൻ: പൈതൽനായരല്ല. വല്യ മുതലാളി.

കണ്ണിറുക്കിക്കൊണ്ടുള്ള രണ്ടുപേരുടേയും ചിരി.

സീൻ 6

പുഴക്കരയിലൂടെ നടന്നുനീങ്ങുന്ന നാരായണൻനായരും ആമീൻ മുഹമ്മദും. ഉച്ചവെയിലിൽ വെള്ളിപ്പാദസരംപോലെ തിളങ്ങുന്ന പുഴയിലെ ഓളങ്ങൾ.

ആമീൻ: സൂച്ചിക്കണം നായരേ - കളിക്കുന്നത് ആരോടാന്ന് ഓർമ്മയും ബേണം.

നാരായണൻനായർ: എന്ത് സൂക്ഷിക്കാനാ? അല്ലെങ്കില്; ഇനിയെന്താ സൂക്ഷിക്കാനുള്ളത്? എല്ലാം...

അമർഷവും വിങ്ങലും കടിച്ചൊതുക്കുകയാണ് നാരായണൻനായർ.

ആമീൻ: ഞമ്മള് പറഞ്ഞില്ലെന്ന് ബേണ്ട. കൂടിയ കേസ് ഇഞ്ഞി ബരാനിരിക്കുന്നേ ഉള്ളൂ.

നാരായണൻനായർ: വരട്ട്. ഒന്നായിട്ടെല്ലാം വരട്ട്.

പുഴയിൽനിന്നു വഴിമാറിയ തോട്. തോടിന്റെ മുകളിലുള്ള പാലത്തിലൂടെ നാരായണൻനായർ നടക്കുന്നു. പാലം കടക്കാതെ തോട്ടരികു പറ്റി നടന്നുനീങ്ങുന്ന ആമീൻ മുഹമ്മദ്.

സീൻ 7

പകൽ.

നാരായണൻനായരുടെ വീട്. ആനക്കസേരയിലിരിക്കുന്ന നാരായണൻനായർ. സുഭദ്രാമ്മ വാതിലിനരികിൽ. ക്ഷീണിച്ചവശനായ നാരായണൻനായരെ നോക്കിക്കൊണ്ടിരിക്കെ സുഭദ്രാമ്മയുടെ മുഖത്ത് അരിച്ചെത്തുന്ന ആധി. മധ്യാഹ്നം കത്തിയൊടുങ്ങുന്നതു നോക്കിയിരിക്കുന്ന നാരായണൻനായർ.

സുഭദ്രാമ്മ: സംഭാരം എടുക്കട്ടെ.

നാരായണൻനായർ: വേണ്ട.

സുഭദ്രാമ്മ: പോയ കാര്യം എന്തായി?

നാരായണൻനായർ: അപ്പു എങ്ങ്നെ?

സുഭദ്രാമ്മ: ഒരേ കെടപ്പ്തന്നെ. നമ്പീശൻ വൈദ്യരെട്ത്ത് പോയ കുറുപ്പമ്മാമനിനീം..

നാരായണൻനായർ: അയാളോട് രാവിലെ പോകാൻ പറഞ്ഞിട്ട്-?

സുഭദ്രാമ്മ: പോയി നോക്ക്യതാ. കൊറേ കാത്തിരുന്നിട്ടിങ്ങ് വന്നു.

നാരായണൻനായർ: മ്ഹൂ?

സുഭദ്രാമ്മ: പൈതൽനായരുടെ അടുക്കളേല് നിക്ക്ന്ന പണിക്കാരത്തി പ്പെണ്ണിന് എന്തോ ദെണ്ണാത്രേ. വൈദ്യര് അവ്ടെ പോയതാ-

നാരായണൻനായർ ആനക്കസേരയുടെ നീളമുള്ള കൈകളിൽ അമർത്തിപ്പിടിച്ചു നിവർന്നിരിക്കുന്നു. അമർഷവും നിസ്സഹായതയും മുഖത്തു മാറിമാറി വരുന്നുണ്ട്. കൈവിരലുകൾ ത്രസിക്കുന്നുണ്ട്. പടികൾ കയറി മുറ്റത്തേക്കു വരുന്ന കേളുക്കുറുപ്പ്.

നാരായണൻനായർ: നമ്പീശനെവ്ടെ?

കേളുക്കുറുപ്പ്: വന്നില്ല.

നാരായണൻനായർ: ഞാൻ വിളിച്ചെന്നു പറഞ്ഞില്ലേ?

കുറുപ്പ് തെല്ലു വിഷമത്തോടെ തലയാട്ടുന്നു.

സുഭദ്രാമ്മ: അപ്പൂന് നല്ലോണം പൊള്ളുന്നുണ്ട്.

നാരായണൻനായർ: അയാളെന്താ പറഞ്ഞേ?

കേളുക്കുറുപ്പ് മൗനം.

നാരായണൻനായർ: കേട്ടില്ലേ, ചോദിച്ചത്?

കേളുക്കുറുപ്പ്: പൈതൽനായരുടെ പിറന്നാൾസദ്യ മൃഷ്ടാന്നം കഴിച്ചു വന്നതുകൊണ്ട് കൊറച്ച് നേരമെങ്കിലും മയങ്ങാണ്ട് എ...ങ്ങും...

വേദനയോടെ സുഭദ്രാമ്മ: ഇനീം പോണോ, കൂട്ടാൻ.

കേളുക്കുറുപ്പ്: പോയിട്ട് കാര്യംന്നൂല്ല.

നാരായണൻനായർ: മ്ഊ...?

കേളുക്കുറുപ്പ്: കുട്ടീനെ അവ്ടെ എത്തിച്ചാ സമയം ണ്ടെങ്കില് നോക്കാന്ന്-

രോഷത്തോടെ നാരായണൻനായർ കസേരയിൽനിന്ന് എഴുന്നേല്ക്കുന്നു. അയാൾക്ക് ഒന്നും പറയാൻ കഴിയുന്നില്ല. അമർഷം കടിച്ചു പൊട്ടിച്ചുകൊണ്ട് അയാൾ ഉമ്മറത്ത് ഉലാത്തുന്നു.

സീൻ 8

വൈകുന്നേരം.

നാരായണൻനായരുടെ കിടപ്പറ. തളർന്നൊടിഞ്ഞ് മയങ്ങിക്കിടക്കുന്ന അപ്പു. അവനെ അവിടേം ഇവിടേം തൊട്ടുനോക്കുന്ന നാരായണൻ നായർ. അരികിൽ വിഷമിച്ചു നില്ക്കുന്ന സുഭദ്രാമ്മ.

നാരായണൻനായർ: തീ കത്ത്ന്നപോലുണ്ട്. എന്തെങ്കിലും കഴിച്ചിരുന്നോ?

സുഭദ്രാമ്മ: രാവിലെ കഞ്ഞിവെള്ളം ഒരുവീർപ്പ് കുടിച്ചു. അതെറക്കീത് തന്നെ ഏറെ നിർബന്ധിച്ചിട്ടാ.

നാരായണൻനായർ: വെയർത്തിട്ടൊന്നൂല്ലല്ലോ.

സുഭദ്രാമ്മ: ഇല്ല.

നാരായണൻനായർ: ഒരു തുണിക്കഷണം നനച്ച് നെറ്റീലിട്ട് കൊടുക്ക്.

സുഭദ്രാമ്മ അടുക്കളയിലേക്ക്.

നാരായണൻനായർ അപ്പുവിന്റെ അരികിലേക്കു ചാഞ്ഞ് അവന്റെ തലയ്ക്കരികിലൂടെ കൈയിട്ട് ഒരു സുരക്ഷാവലയത്തിലാക്കി തന്നോടു ചേർക്കുന്നു. പതിയെ വിതുമ്പിപ്പൊട്ടുന്നു.

സീൻ 9

സന്ധ്യ.

-ഓഫീസ് മുറിയിൽ കസേരയിലിരിക്കുന്ന നാരായണൻനായർ. ആകെ അസ്വസ്ഥനാണ്. എന്തു ചെയ്യേണ്ടൂ എന്നറിയാതെ നില്ക്കുന്ന കേളുക്കുറുപ്പ്.

നാരായണൻനായർ: തളിപ്പറമ്പ്ന്ന് ഡോക്ടറെ ആരെയെങ്കിലും കിട്ട്വോ കുറുപ്പേ?

കേളുക്കുറുപ്പ്: പ്രയാസാ. കാറ് ചെല്ലാത്തിടത്ത് ഒരുത്തരും പോകില്ല.

എന്തോ ആലോചിച്ച് നാരായണൻനായർ: നമ്മുടെ ആമിൻ മൊഹമ്മദാലിന്റെ വീട്ടിനടുത്തൊരു ഡോക്ടറുണ്ടല്ലോ. ഒരു കോഴിക്കോട്ടുകാരൻ.

കേളുക്കുറുപ്പ്: അയാളെ ഓടിച്ചില്ലേ?

നാരായണൻനായർ: ആര്?

കേളുക്കുറുപ്പ്: അതു ചോദിക്കണോ? മോളെ നോക്കീന്നോ, ചിരിച്ചെന്നോ, കൈകാട്ടി വിളിച്ചെന്നോ പറഞ്ഞ് ആ പൈതൽനായർ...

അസ്വസ്ഥതയോടെ കസേരയിൽനിന്ന് എഴുന്നേല്ക്കുന്ന നാരായണൻനായർ. ഓഫീസ് വാതിൽക്കൽ, വാതില്പടിയിൽ കൈയൂന്നി അകത്തേക്കു നോക്കുന്ന സുഭദ്രാമ്മ: ആരേങ്കിലും വിളിക്കണം. തുണി നനച്ചിട്ടൊന്നും അപ്പൂന്റെ പനി കൊറേന്നില്ല.

കേളുക്കുറുപ്പ്: ധർമ്മശാലേല് ഒരോമിയോപ്പതി തൊറന്ന്ട്ട്ണ്ട്. അവ്ടെയൊന്നു നോക്കട്ടെ.

നാരായണൻനായർ: വരാൻ മടിയാങ്കില് വിവരം പറഞ്ഞ് മരുന്നു മേടിക്കണം. വേഗാട്ടെ.

കേളുക്കുറുപ്പ് ഓഫീസ് മുറിയിൽനിന്നു പുറത്തേക്ക്. ഓഫീസുമുറിയിലേക്കു കയറുന്ന സുഭദ്രാമ്മ. അത്രയൊന്നും ഓജസ്സില്ലാത്ത ഭർത്താവിന്റെ മുഖം നോക്കി സുഭദ്രാമ്മ വിതുമ്പുകയാണ്: ന്റപ്പു... ന്റപ്പു...

സീൻ 10

രാവിലെ.

നാരായണൻനായരുടെ വീടിന്റെ ഒന്നാം നിലയിലെ ഇറയകം. ഒരു വലിയ മരപ്പെട്ടി തുറന്ന് അതിനകത്തുള്ള കടലാസുകെട്ടുകളിൽ നിന്ന് ആധാരങ്ങൾ ചികഞ്ഞെടുക്കുന്ന നാരായണൻനായർ. പെട്ടിയടച്ച് അതിന്മേലിരുന്നു രേഖകൾ സൂക്ഷ്മതയോടെ വായിച്ചുനോക്കുകയാണ് അയാൾ. അയാളുടെ മുഖത്ത് ഒളിഞ്ഞും തെളിഞ്ഞും പ്രത്യക്ഷപ്പെടുന്ന നിരാശാഭാവം. ആരോ ഏണിപ്പടികൾ കയറിവരുന്ന ഒച്ച. നാരായണൻനായർ ആ ഭാഗത്തേക്കു നോക്കുന്നു. തെല്ല് അമർഷത്തോടെ ഏണിപ്പടികൾ ചവിട്ടിക്കയറിവരുന്ന കേളുക്കുറുപ്പ്: ഈടുവെക്കാൻ ഇനീം ന്തെങ്കിലും ബാക്കിയുണ്ടോന്ന് നോക്വാരിക്കും.

പകപ്പോടെ നാരായണൻനായർ: കു...റു...പ്പേ?

കേളുക്കുറുപ്പ്: സങ്കടംണ്ട്. കത്തിനിക്കുന്ന കണ്ട അതേ കുറുപ്പിനു തന്നെ ചാരോം അടിച്ചുകൂട്ടേണ്ട ഗതികേട്.

വിങ്ങലോടെ നാരായണൻനായർ: ന്റപ്പൂന്–

കേളുക്കുറുപ്പ്: ഞാൻ കണ്ടു. ഇതുപോലെ പനിവന്ന് നിങ്ങള് കിടക്കുന്നതും ഞാൻ കണ്ടിട്ടുണ്ട്. അന്ന് നിങ്ങടച്ഛൻ...

നാരായണൻനായർ: ഒരെത്തുംപിടിയും കിട്ടുന്നില്ല.

കേളുക്കുറുപ്പ്: ഇവ്ടെ ഇങ്ങനെ കുത്തിയിരുന്നാ കിട്ട്വോ? ആ - അപ്പൂനെ ആശുപത്രീലാക്കാൻ ആ പൈതൽനായരുടെ മുന്നിൽ ഇരക്കാൻ മാത്രം എന്നെ വിടരുത്.

വിതുമ്പിപ്പോകുന്ന കുറുപ്പ്: അതിലും നല്ലത്...

നാരായണൻനായർ: കുറുപ്പേ...

കേളുക്കുറുപ്പ് കുപ്പായക്കീശയിൽ നിന്ന് കുറച്ചു നോട്ടുകൾ എടുക്കുന്നു. നാരായണൻനായർക്കു നേരെ നീട്ടുന്നു.

കേളുക്കുറുപ്പ്: ഇവിടെയാകുമ്പം ആരും കാണില്ല.

ചോരവാർന്ന മുഖവുമായി ഇരിക്കുന്ന നാരായണൻനായർ. കണ്ണ് അമർത്തിത്തുടച്ചുകൊണ്ട് കേളുക്കുറുപ്പ്: പെട്ടെന്നുള്ള കാര്യം ഇതോണ്ട് നടക്കും.

നാരായണൻനായർ: വേണ്ട കുറുപ്പേ.

കേളുക്കുറുപ്പ്: മടിക്കണ്ട. ഇവ്ടെത്തെ പണം തന്ന്യാ-

അറിയാതെ കൈനീട്ടിപ്പോകുന്ന നാരായണൻനായർ. ഇരുവരുടേയും മുഖത്തു തെളിയുന്ന പ്രകാശം.

സീൻ 11

വൈകുന്നേരം.

പഴക്കം ചെന്ന ആശുപത്രിമുറി. കട്ടിലിൽ അവശനായി കിടക്കുന്ന അപ്പു. ഡ്രിപ്പ് കൊടുക്കുന്നുണ്ട്. അപ്പുവിന്റെ കണ്ണുകൾ അടഞ്ഞുകിടക്കുന്നു. അപ്പുവിന്റെ കൈയിൽ സൂചി കയറിയ ഭാഗം പരിശോധിക്കുകയാണ് നഴ്സ്. നഴ്സ് കുപ്പിയിലേക്കും നോക്കുന്നുണ്ട്. ഗ്ലൂക്കോസ് കയറുന്നില്ല. ഒരിക്കൽക്കൂടി സൂചി മാറ്റിക്കുത്തി നഴ്സ് കുപ്പി നോക്കുന്നു. കണ്ണീർത്തുള്ളികൾപോലെ ഇറ്റുവീഴുന്ന ഗ്ലൂക്കോസ്. എല്ലാം നോക്കിയും കണ്ടും കണ്ണീരു വിഴുങ്ങുന്ന സുഭദ്രാമ്മ.

നാരായണൻനായർ കടന്നുവരുന്നു. സുഭദ്രാമ്മ എഴുന്നേല്ക്കുന്നു. നഴ്സ് സൂചി ഉറപ്പിച്ച അപ്പുവിന്റെ കൈ നേരെവച്ച് നാരായണൻനായരെ നോക്കുന്നു.

നഴ്സ്: കണ്ണു തുറന്നാ വിവരം പറയണം.

നാരായണൻനായർ തലകുലുക്കുന്നു. നഴ്സ് പുറത്തേക്ക്.

കണ്ണുകൾ തുടച്ച് സുഭദ്രാമ്മ: ഡോക്ടറെ കണ്ടില്ലേ?

നാരായണൻനായർ: കണ്ടു. രാത്രി കഴിയണംന്നാ പറഞ്ഞത്.

സുഭദ്രാമ്മ: -ന്റെ മുത്തപ്പാ -

നാരായണൻനായർ: പേടിക്കാനൊന്നൂംല്ല.

ഗ്ലൂക്കോസ് കുപ്പി ചൂണ്ടിക്കാട്ടിക്കൊണ്ട് നാരായണൻനായർ: ഇതങ്ങു കേറിത്തീരുമ്പം നല്ല ഉണർച്ച വരും.

ഒരു ചെറിയ കുപ്പിയും ഒന്നുരണ്ടു പൊതികളുമായി കടന്നുവരുന്ന കേളുക്കുറുപ്പ്: എല്ലാം പൂട്ടിക്കെട്ടീട്ടാ വന്നത്.

നാരായണൻനായർ: നിങ്ങളിവിടെ നിക്ക്. ഞാനാ വക്കീലിനെയൊന്നു കാണട്ട്. ഇവ്ടെ അടുത്തന്യാ–

സുഭദ്രാമ്മ: രാവിലെ പോയാ പോരേ?

നാരായണൻനായർ: പോരാ–

കേളുക്കുറുപ്പ്: വേണെങ്കില് ഞാന്–

നാരായണൻനായർ: വേണ്ട.

അപ്പുവിന്റെ അരികിലെത്തി അവന്റെ നെറ്റിയിൽ തലോടുന്ന നാരായണൻനായർ. പിന്നെ, പൊടുന്നനെ കുനിഞ്ഞു നെറ്റിയിൽ ചുണ്ടുകൾ അമർത്തിക്കൊണ്ട് നാരായണൻനായർ: അച്ഛൻ വരുമ്പളേക്കും ന്റെപ്പു കണ്ണുതുറക്കണം.

വിതുമ്പിപ്പോകുന്ന സുഭദ്രാമ്മ. ആകുലഭാവത്തിൽ നില്ക്കുന്ന കേളുക്കുറുപ്പ്.

സീൻ 12

രാത്രി.

വക്കീലിന്റെ വീട്ടിലെ ഓഫീസുമുറി. നാരായണൻനായർ അവിടേക്കു കാലെടുത്തു വയ്ക്കുമ്പോഴേക്കും കക്ഷത്തിൽ കുറേ രേഖകളും തിരുകി പുറത്തിറങ്ങുന്ന ഗുമസ്തൻ. അയാൾ മുറിപൂട്ടി ചുമരിനിടയിലെ ഒളിയിടത്തിൽ താക്കോൽ വയ്ക്കാനൊരുങ്ങുമ്പോൾ നാരായണൻനായരെ കാണുന്നു. ഗുമസ്തൻ ഒന്നുമറിയാത്തതുപോലെ താക്കോൽ കീശയിലിട്ടു മുറുക്കാൻചണ്ടി കൈകൊണ്ടു തോണ്ടി പുറത്തു തുപ്പുന്നു.

ഗുമസ്തൻ: മ് ഊൗ...?

നാരായണൻനായർ: വക്കീലില്ലേ?

ഗുമസ്തൻ: ശഠേന്ന് പോയാല് തീവണ്ടിയാപ്പീസിന്ന് കാണാം.

നാരായണൻനായർ: എവ്ടേക്കാ–?

ഗുമസ്തൻ: നാളെ ഹൈക്കോർട്ടില് കേസാ. പൈതൽനായരുടെ അനന്തരവനും കൂടേണ്ട്.

മുറുക്കാൻനീര് നീട്ടിത്തുപ്പുന്ന ഗുമസ്തൻ. എന്തു ചെയ്യണമെന്നറിയാതെ ഇരുട്ടിലേക്കിറങ്ങുന്ന നാരായണൻനായർ.

ഗുമസ്തൻ: വക്കീൽ പീസ് കൊടുക്കാനാച്ചാ ഇന്റെടുത്ത് തന്നാലും മതി.

ഇരുട്ടിൽ മുങ്ങി ഇല്ലാതാവുന്ന നാരായണൻനായർ. കീശയിൽനിന്നു താക്കോലെടുത്ത് ഒളിയിടത്തിൽ നിക്ഷേപിക്കുന്ന ഗുമസ്തൻ.

സീൻ 13

രാത്രി.

ആശുപത്രിമുറിയിൽ സ്വപ്നത്തിലെന്നവണ്ണം കാലെടുത്തു വയ്ക്കുന്ന നാരായണൻനായർ. കട്ടിലിൽ പ്രായം ചെന്ന ഒരു സ്ത്രീ. അരികിൽ, സ്റ്റൂളിലിരിക്കുന്ന ഒരു ചെറുപ്പക്കാരൻ. നാരായണൻനായർ പ്രായം ചെന്ന സ്ത്രീയേയും ചെറുപ്പക്കാരനേയും വിശ്വാസം വരാത്ത മട്ടിൽ നോക്കുന്നു. അകത്തേക്കു വച്ച കാൽ പിൻവലിച്ച് പുറത്തേക്കു കുതിക്കുന്നു.

സീൻ 13 A

ആശുപത്രി ഇടനാഴിയിലൂടെ ഓടുന്ന നാരായണൻനായർ. ക്രമേണ കുതിക്കുന്ന രണ്ടു കാലടികൾ മാത്രം...

സീൻ 13 B

ഡോക്ടറുടെ ബോർഡ്. വാതിൽ അടഞ്ഞിരിക്കുന്നു. ഹാഫ് ഡോറിന്റെ മുകളിൽ അക്ഷരങ്ങൾ.

"ഡോക്ടർ പുറത്താണ്."

നാരായണൻനായർ വാപൊളിച്ച് അന്തംവിട്ടു നിൽക്കുന്നു. പയ്യെ കുനിഞ്ഞ് ഒരു വിതുമ്പലോടെ കൈകളിൽ മുഖംവീഴ്ത്തി ഇരിക്കുന്നു. അപ്പുവിനെ പരിചരിച്ച നഴ്സ് നാരായണൻനായരുടെ ചുമലിൽ തൊടുന്നു. അയാൾ ഞെട്ടി തലയുയർത്തുന്നു.

നഴ്സ്: അപ്പൂന്റച്ഛനല്ലേ?

നാരായണൻനായർ സങ്കടഭാവത്തിൽ 'അതെ' എന്ന അർത്ഥത്തിൽ തലയിളക്കുന്നു.

നഴ്സ്: അരമണിക്കൂറായി...

കണ്ണുകൾ പൊത്തി ഏങ്ങിയേങ്ങിക്കരയുന്ന നാരായണൻനായർ.

നഴ്സ്: ഡോക്ടറെ കാത്തിരിക്കണ്ട. ഇന്നിനി വരില്ല.

'എന്തേ' എന്ന ചോദ്യഭാവത്തിൽ ദീനമായി നോക്കുന്ന നാരായണൻ നായർ.

നഴ്സ്: ഏതോ ഒരു പൈതൽനായരുടെ ആൾക്കാർ വന്ന്...

നടന്നകലുന്ന നഴ്സ്. ചോരനിറഞ്ഞ കണ്ണുകളുമായി എഴുന്നേറ്റു നില്ക്കുന്ന നാരായണൻനായർ: പൈ...ത...ൽ...നാ...യ...ർ...

സീൻ 14

പാതിരാവ്.

നാരായണൻനായരുടെ ഓഫീസുമുറി. പെട്ടെന്നു വൃദ്ധനായതുപോലെ നാരായണൻനായർ. വെള്ളകലർന്ന കുറ്റിത്താടി. ആരെയോ പ്രതീക്ഷിച്ചെന്നവണ്ണം വാതില്ക്കലേക്കു തുറിച്ചുനോക്കുകയാണ് അയാൾ. കേളുക്കുറുപ്പും കൊല്ലനും അകത്തേക്കു കടന്നുവരുന്നു. മുട്ടോളമെത്തുന്ന മുഷിഞ്ഞ തോർത്തും കോറക്കുപ്പായവും ധരിച്ച കൊല്ലന്റെ മുഖത്തു നിറയെ ഭീതി.

നാരായണൻനായർ എഴുന്നേറ്റ് കൊല്ലനെ അടിമുടി നോക്കി കുറുപ്പിനോടു പുറത്തിറങ്ങാൻ ആംഗ്യം കാണിക്കുന്നു. കുറുപ്പ് പുറത്തേക്ക്.

നാരായണൻനായർ: കുറുപ്പ് പറഞ്ഞുകാണും.

കൊല്ലൻ: പറഞ്ഞു, അലമാരിയുടെ താക്കോൽ കാണുന്നില്ലെന്ന്.

നാരായണൻനായരുടെ പിറകിലുള്ള കടഞ്ഞെടുത്ത മരഅലമാര കൗതുകത്തോടെ നോക്കിക്കൊണ്ട് കൊല്ലൻ: അത്ന്റെയാ-?

നാരായണൻനായർ: അല്ല.

കൊല്ലൻ: പിന്നെ-?

നാരായണൻനായർ: എന്റെ... എന്റെ താക്കോൽ.

കൊല്ലൻ പതറിപ്പോകുന്നു. അയാളിൽനിന്ന് ഒരു ദീർഘനിശ്വാസം.

പിറുപിറുക്കുന്ന നാരായണൻനായർ: എന്റെ ജീവിതത്തിന്റെ താക്കോൽ...

കേളുക്കുറുപ്പ് തലനീട്ടുന്നു. നാരായണൻ നായർ ചോദ്യഭാവത്തിൽ നോക്കുന്നു: മ്ഹൂ....?

അകത്തേക്കു കാൽവച്ചുകൊണ്ട് കേളുക്കുറുപ്പ്: പേടിച്ചുപേടിച്ചാ ഇയാളിവിടെ വന്നത്. ആ പൈതൽനായരോ മറ്റോ-?

നാരായണൻനായർ: ഒരു പട്ടീം അറീല്ല. എനിക്കൊരു കഠാരി വേണം.

കൊല്ലൻ നടുങ്ങുന്നു. അതിലേറെ നടുങ്ങുകയാണ് കേളുക്കുറുപ്പ്.

കേളുക്കുറുപ്പ്: പൂട്ടുപൊളിക്കാനെന്നല്ലേ എന്നോട്...

രൂക്ഷമായി നോക്കിക്കൊണ്ട് നാരായണൻനായർ: കുറുപ്പ് പുറത്തേക്കു പോ.

തിടുക്കപ്പെട്ട് കുറുപ്പ് പുറത്തേക്കിറങ്ങുന്നു. ചുമരിൽ ചാരി വിങ്ങുന്നു. അതിനിടയിൽ 'പടേന്ന്' അടയുന്ന ഓഫീസ് വാതിൽ.

സീൻ 15

പാതിരാവ്.

നാരായണൻനായരുടെ കിടപ്പറ. വശംതിരിഞ്ഞു കിടന്നുറങ്ങുന്ന നാരായണൻനായരും സുഭദ്രാമ്മയും.

വാതില്ക്കൽ പൊട്ടിമുളയ്ക്കുന്ന പ്രകാശവൃത്തം. പ്രകാശവൃത്തത്തിൽ ഹൃദയം കുളിർക്കുന്ന ചിരിയുമായി അപ്പു. നാരായണൻനായർ ഞെട്ടിയുണർന്ന് കൈകൾ നീട്ടി വാതില്ക്കലേക്ക്.

നാരായണൻനായർ: ന്റപ്പൂ... ന്റ...പ്പൂ...അപ്പൂ...

ലൈറ്റ് തെളിയുന്നു. വിയർത്തുകുളിച്ചു കിതയ്ക്കുന്ന നാരായണൻ നായർ. സുഭദ്രാമ്മ ഭർത്താവിനെ സമാധാനിപ്പിക്കുകയാണ്.

സുഭദ്രാമ്മ: വേണ്ട. ഒന്നും ഓർക്കണ്ട.

സുഭദ്രാമ്മയുടെ ചുമലിലേക്കു മുഖം വീഴ്ത്തി തേങ്ങുന്ന നാരായണൻനായർ: ന്റപ്പൂ... ന്റപ്പൂനെ... അയാൾ...

സുഭദ്രാമ്മ കണ്ണുകൾ തുടയ്ക്കുന്നു. നാരായണൻനായരെ നേരെ പിടിച്ചിരുത്തി സുഭദ്രാമ്മ: ചീർമ്പക്കാവിലെ താലപ്പൊലിക്ക് ഇക്കുറി പോണം. കഴിഞ്ഞ കൊല്ലം...

മൊഴിമുട്ടി കണ്ണുകൾ തുടയ്ക്കുന്ന സുഭദ്രാമ്മ.

നാരായണൻനായർ: അപ്പൂല്ലാതെ-?

സുഭദ്രാമ്മ: അവ്ടെ ഉണ്ടാകും. ദേവീടെ അടുത്ത്.

നാരായണൻനായർ: വാ... കിടക്കാം.

അടുക്കളയിൽനിന്ന് എന്തോ തട്ടിവീഴുന്ന ഒച്ച കേൾക്കുന്നു.

സുഭദ്രാമ്മ: അപ്പടി എലിയാ. ഞാനൊന്നു നോക്കീട്ടു വരാം.

വാതില്ക്കലേക്കു നീങ്ങുന്ന സുഭദ്രാമ്മ.

സീൻ 16

വൈകുന്നേരം.

നാരായണൻനായരുടെ കിടപ്പുമുറി. ഈറൻ മാറാൻ അലമാര തുറന്നു സാരി ചികയുന്ന സുഭദ്രാമ്മ. ഒരു പട്ടുസാരിയെടുത്ത് അവർ കട്ടിലിലേ

ക്കിടുന്നു. ബ്ലൗസും ജാക്കറ്റും എടുത്ത് എന്തോ ഓർത്ത് അലമാരയിൽ ത്തന്നെ വയ്ക്കുന്നു. വിലകുറഞ്ഞ ഒരു കോട്ടൺസാരി എടുത്തു കട്ടിലി ലേക്കിടുന്നു.

സീൻ 17

സന്ധ്യ.

നാരായണൻനായരുടെ ഓഫീസ് മുറി. കോട്ടൺ സാരിയുടുത്ത് മുടിയുടെ അറ്റം കെട്ടി അനാർഭാടയായി കടന്നുവരുന്ന സുഭദ്രാമ്മ. നാരായണൻനായർ എഴുന്നേല്ക്കുന്നു. മനസ്സിലുള്ള വിക്ഷോഭങ്ങൾ ഒതുക്കാൻ പാടുപെടുന്നു.

നാരായണൻനായർ: വേണ്ട സുഭദ്രേ – ന്റപ്പൂല്ലാതെ – വേണ്ട.

സുഭദ്രാമ്മ: ഞാൻ പറഞ്ഞില്ലേ? അവനവിടെ കാണും. ന്റപ്പു.

ഭർത്താവിന്റെ മുഷിഞ്ഞ വേഷം നോക്കി സുഭദ്രാമ്മ: വേഷം–?

നാരായണൻനായർ: ഒക്കെ ധാരാളം.

സുഭദ്രാമ്മ: ചായ...?

നാരായണൻനായർ: വേണ്ട.

കസേരയിലിരുന്ന് മേശവലിപ്പു തുറന്ന് പെട്ടെന്ന് അടയ്ക്കുന്നു.

നാരായണൻനായർ: ഒരു ഗ്ലാസ് വെള്ളം–?

സുഭദ്രാമ്മ: ഇപ്പൊ കൊണ്ടരാം.

സുഭദ്രാമ്മ പുറത്തിറങ്ങേണ്ട താമസം നാരായണൻനായർ ധൃതിപെട്ട് മേശവലിപ്പ് വീണ്ടും തുറക്കുന്നു. അവിടെ ഒരു കഠാരി ഉറയിൽ സൂക്ഷി ച്ചിരിക്കുന്നു.

കഠാരി ഉറയിൽനിന്നൂരി നാരായണൻനായർ നോക്കുന്നു. മുഖത്ത് സമ്മിശ്രഭാവങ്ങൾ. കഠാരിയുടെ തിളങ്ങുന്ന വായ്ത്തലയിൽ വിരലു കളോടിച്ചു വികാരങ്ങൾ അമർത്താൻ പാടുപെടുകയാണ് അയാൾ. ഓർമ്മകളുടെ ഏതോ ചുഴലിയിൽ നാരായണൻനായർ നീറുകയാണ്.

സീൻ 18

രാത്രി. ഒരു പൊന്തക്കാടിന്റെ മറവിൽ ഭയന്നൊളിച്ചിരിക്കുന്ന നാരാ യണൻനായർ. കരിയിലകൾ പൊട്ടിയമരുന്ന ഒച്ച. ഭീതിയുടേയും ഉദ്വേഗത്തിന്റേയും നിമിഷങ്ങൾ. രണ്ടുപേർ ഇരുട്ടിൽ നാരായണൻ നായരെ പരതുകയാണ്. വർദ്ധിച്ച ഭയത്തോടെ നാരായണൻനായർ

പൊന്തയ്ക്കുള്ളിലേക്കു വലിയുന്നു. പേടിച്ചു പൊട്ടാറായ നാരായണൻ നായരുടെ വിയർപ്പണിഞ്ഞ മുഖം. തന്നെ കണ്ടുപിടിച്ചേക്കുമെന്ന നിമിഷത്തിൽ നാരായണൻനായർ ചാടിയെഴുന്നേല്ക്കുന്നു. കിതയ്ക്കുന്നു. ചുറ്റും നോക്കി ഇരുട്ടിലേക്കു കുതിക്കുന്നു. പിന്നാലെ ആക്രോശങ്ങളുമായി രണ്ടുപേർ. അവർക്കു പിറകിൽ ഒരുകൂട്ടം ആളുകൾ വേറെയും ഉണ്ട്. അവരുടെ അട്ടഹാസങ്ങൾ, കൊലവിളികൾ: പിടിയെടാ... പിടി... കൊല്ലവനെ... കൊല്ല്. വിടല്ല്... പിടിയവനെ...

ഓടിയോടി ഒരു കുഴിയിൽ ചെന്നുവീഴുന്ന നാരായണൻനായർ. കുഴിക്കു മുകളിൽ വട്ടമിട്ടു നില്ക്കുന്ന ഒരായുധപ്പട. നാരായണൻ നായർ തലയുയർത്തി ഭീതിയോടെ കുഴിക്കു മുകളിലുള്ളവരെ നോക്കുന്നു.

സീൻ 19

സന്ധ്യ.

വീട്ടുമ്മറത്തുനിന്ന് ഒരു ഓട്ടുഗ്ലാസുമായി ഓഫീസുമുറിയിലേക്കു കടക്കുന്ന സുഭദ്രാമ്മ. കഠാരിയുടെ പിടി അമർത്തിപ്പിടിച്ച് സ്വന്തം താടിക്കു കീഴെ കഠാരിമുന അമർത്തിനില്ക്കുന്ന നാരായണൻനായർ. സുഭദ്രാമ്മയുടെ തലവെട്ടം കണ്ടപ്പോൾ പ്രതികാരം നിറഞ്ഞ അയാളുടെ മുഖത്തെ മാംസപേശികൾ അയയുന്നു. പാതി തുറന്ന മേശവലിപ്പിൽ നിന്നു കഠാരിയുടെ ഉറയെടുത്ത് കഠാരി അതിലമർത്താൻ നോക്കുന്നു. കൈവിറയൽ കാരണം ആദ്യമതു സാധിക്കുന്നില്ല. എങ്കിലും സുഭദ്രാമ്മ അയാളെ ശ്രദ്ധിക്കുമ്പോഴേക്കും ഉറയിൽ അമർത്തിയ കഠാരി അരയിൽ തിരുകുന്നു. നാരായണൻനായർ കുപ്പായം നേരെയാക്കുമ്പോൾ സുഭദ്രാമ്മ: അതെന്താ?

നാരായണൻനായർ: എന്തോ ഒന്നു കുത്തി. കട്ടുറുമ്പാന്നാ...

കൈയിലുള്ള ഓട്ടുഗ്ലാസ് നീട്ടി സുഭദ്രാമ്മ: കരിങ്ങാലിവെള്ളാ-

നാരായണൻനായർ ഒട്ടുഗ്ലാസ് വാങ്ങി മേശമേൽ വയ്ക്കുന്നു. പുറത്തേക്കു നടക്കുന്നു. സംശയം സ്ഫുരിക്കുന്ന മുഖവുമായി സുഭദ്രാമ്മ: വെള്ളം കുടിച്ചില്ല.

പുറത്തിറങ്ങിക്കൊണ്ട് നാരായണൻനായർ: വാ – ഇറങ്ങാം.

അകലെനിന്ന് ഓടിവരുന്ന ചെണ്ടമേളത്തിന്റെ അലകൾ. തിടുക്കപ്പെട്ടു പുറത്തിറങ്ങി ഭർത്താവിന്റെ പിറകിൽ എത്തി നടത്തം തുടരുന്ന സുഭദ്രാമ്മ: കലശം വന്നുതൊടങ്ങീന്നാ തോന്നുന്നേ.

നാരായണൻനായരുടെ കനത്ത മൂളൽ.

ടി. പത്മനാഭന്റെ കഥ
ടി.എൻ. പ്രകാശിന്റെ തിരനാടകം

സീൻ 20

രാത്രി.

അത്രയൊന്നും വീതിയില്ലാത്ത മൺനിരത്ത്. ഇരുവശങ്ങളിലും കെട്ടിപ്പൊക്കിയ മൺതിണ്ടുകൾ. മുളങ്കാലുകളിൽ കെട്ടിയ റ്റ്യൂബ്ലൈറ്റുകൾ. കുരുത്തോലത്തോരണങ്ങൾ...

ആൾക്കൂട്ടം ചീർമ്പക്കാവിലേക്ക്. എല്ലാവരുടെ ഉള്ളിലും പുറത്തും ഉത്സവം. നുറുങ്ങുഭാഷണങ്ങൾ. കളിതമാശകൾ...

പെൺകുട്ടികളെ ഉന്തിത്തള്ളി മുന്നോട്ടുനീങ്ങുന്ന ചെറുപ്പക്കാർ. മീശ മുളയ്ക്കാത്ത ഒരു ചെറുക്കൻ പാവാടയുടുത്ത സുന്ദരിപ്പെണ്ണിന്റെ അരികിൽ ഉന്തിത്തള്ളിയെത്തി അവളുടെ ഒപ്പത്തിനൊപ്പം നടക്കുന്നു.

ചെറുക്കൻ: ഏട്ടൻ വന്നിട്ടില്ലേ കുട്ടീ?

പെൺകുട്ടി മൗനം. അമ്മമ്മ സംശയത്തോടെ ചെറുക്കനെ നോക്കുന്നു.

അമ്മമ്മ: നീയെതാടാ?

ചെറുക്കൻ: അറീല്ലേ?

പെൺകുട്ടിയോട് അമ്മമ്മ: നെനക്കറിയോ?

പെൺകുട്ടി 'ഇല്ലെ'ന്നു തലയാട്ടുന്നു. അമ്മമ്മയെന്തോ പുളിച്ചതു പറയാനൊരുങ്ങുംമുമ്പെ ചെറുക്കൻ ആൾക്കൂട്ടത്തിലേക്കു വലിയുന്നു.

ഒന്നുമേതും പറയാതെ ഓർമ്മകളിൽ ലയിച്ച് ആൾക്കൂട്ടത്തിൽ അന്യരായി നടക്കുന്ന സുഭദ്രാമ്മയും നാരായണൻനായരും.

ചെണ്ടമേളത്തിന്റെ അലകൾ കാണക്കാണെ ഉച്ചത്തിലാകുന്നു.

സീൻ 20A

ദൂരെ, വലിയൊരു പ്രകാശവൃത്തം. ആകാശത്തിലേക്കു ചീറിപ്പാഞ്ഞു പോകുന്ന ഒരു എലിവാണം. ഇരുണ്ട ആകാശത്തു പൊട്ടിവിരിയുന്ന വർണനക്ഷത്രങ്ങൾ...

റ്റ്യൂബ് ലൈറ്റുകൾ അവസാനിക്കുന്നിടം. ഇരുട്ടിനും വെളിച്ചത്തിനും ഇടയിൽ നില്ക്കുന്നൊരു വലിയ പാലമരം. നാരായണൻനായരും സുഭദ്രാമ്മയും ഒന്നു തഞ്ചിനിന്ന് പാലമരത്തിന്റെ ചോട്ടിലേക്കു നോക്കുന്നു.

സുഭദ്രാമ്മ: വാ... നടന്നാട്ടെ.

രണ്ടുപേരും നടക്കുന്നു. തിരക്കിനിടയിൽ സുഭദ്രാമ്മ തെല്ലു മുന്നിലാകുന്നു. നാരായണൻനായർ തിരിഞ്ഞുനോക്കുന്നു. പാലമരച്ചോട്ടിലെ നീലവെളിച്ചത്തിൽനിന്നു ചിരിച്ചുകൊണ്ട് ഓടിവരുന്ന അപ്പു.

അപ്പു അച്ഛന്റെ കൈപിടിക്കുന്നു. പാലമരച്ചോട്ടിലേക്കു വലിച്ചു കൊണ്ടുപോകുന്നു. ഭർത്താവിന്റെ പിൻമാറ്റം സുഭദ്രാമ്മ അറിയുന്നേയില്ല.

നാരായണൻനായർ: ന്റപ്പൂ. എന്താ ഇത്? അമ്മയെ തനിച്ചാക്കി...

അപ്പു: അമ്മ തൊഴാൻ നിക്കുമ്പം ദേവീടടുത്ത് ഇരിക്കും, ഈ അപ്പു.

നാരായണൻനായർ വിങ്ങിപ്പൊട്ടിപ്പോകുന്നു. അച്ഛന്റെ കൈപിടിച്ചു പാലമരച്ചോട്ടിലേക്കു വലിക്കുകയാണ് അപ്പു.

അപ്പു: ഇവ്ടെനിന്നാ ഈ അപ്പൂനേം അച്ഛനേം ആരും കാണില്ല.

നാരായണൻനായർ: അപ്പു എന്താ – അന്നു രാത്രീല് പെട്ടെന്നിറങ്ങിപ്പോയത്?

അപ്പു: അതേയ്...

നാരായണൻനായർ: പറ...

അപ്പു: നമ്മുടെ മുറ്റത്തുള്ള പൈതൽനായരുടെ ആൾക്കാരെ ഓടിക്കാൻ.

പെട്ടെന്ന്, മുന്നോട്ടു നടന്നുനീങ്ങുന്ന ആൾക്കൂട്ടത്തിന്റെ ഒഴുക്കു നിലയ്ക്കുന്നു. കൂക്കിയും ബഹളവും അട്ടഹാസവും. നിലവിളിയും തേങ്ങിക്കരച്ചിലും ഉയരുന്നു. കുഞ്ഞുകുട്ടിഭേദമെന്യേ ആളുകൾ നാലുപാടും ചിതറിയോടുകയാണ്. തിരിഞ്ഞോടുന്ന ജനക്കൂട്ടത്തിന്റെ വിഹ്വലതകൾക്കിടയിൽ ഉയർന്നു കേൾക്കുന്ന വാക്കുകൾ. ആ പൈതൽനായും കൂട്ടര്വാ കൊഴപ്പാക്കീത്...

സീൻ 20B

പാലമരച്ചോട്ടിൽ കഠാരിയും പിടിച്ച് കുത്താനോങ്ങിനില്ക്കുന്ന നാരായണൻനായർ. അരികിൽ അപ്പുവില്ല. വീശിയടിക്കുന്ന കാറ്റിൽ വർഷിക്കുന്ന പാലപ്പൂക്കൾ.

തിരിഞ്ഞോടുന്ന ആൾക്കൂട്ടത്തിനിടയിൽ സുഭദ്രാമ്മയുടെ കൈപിടിച്ചു വലിച്ച് ഓടിപ്പോകുന്ന ദാമോദരൻ. കഠാരിയും വീശി ഓടിയടുക്കുന്ന നാരായണൻനായർ. തിളങ്ങുന്ന കഠാരി ഏതു നിമിഷവും നെഞ്ചിൽ തുളച്ചിറങ്ങുമെന്നു ഭയന്ന് സുഭദ്രാമ്മയുടെ കൈവിട്ട് പാലമരത്തിന്റെ ഭാഗത്തേക്ക് ഓടിപ്പോകുന്ന ദാമോദരൻ.

നാരായണൻനായരുടെ നെഞ്ചിൽ തലവീഴ്ത്തി അലറിക്കരയുന്ന സുഭദ്രാമ്മ. അവരെ ആശ്വസിപ്പിച്ചുകൊണ്ടു നില്ക്കുന്ന നാരായണൻനായർ. സുഭദ്രാമ്മയുടെ പുറത്തു ചുറ്റിയ നാരായണൻനായരുടെ കൈയിൽ തിളങ്ങുന്ന കഠാര. പൊട്ടിക്കരഞ്ഞുകൊണ്ട് നെഞ്ചിൽനിന്നു

തലയുയർത്തി ആൾക്കൂട്ടത്തിലേക്കു വിരൽചൂണ്ടി സുഭദ്രാമ്മ: പൈ...ത...ൽ...നാ...യ...ർ...

ആൾക്കൂട്ടം ചിതറി ഓടിക്കൊണ്ടേയിരിക്കുന്നു. നാരായണൻനായരുടെ രൗദ്രഭാവത്തിലുള്ള മുഖത്ത് ഭീതിയും വെപ്രാളവും നിറയുന്നു.

സീൻ 21

പ്രഭാതം. നാരായണൻനായരുടെ ഓഫീസുമുറി. കസേരകൾ നീക്കിയിടുകയാണ് കുറുപ്പ്. നാരായണൻനായർ മേശമേൽ കൈമുട്ടുകൾ ഊന്നി ഭയവും ആശ്ചര്യവും കലർന്ന ഭാവത്തിൽ ഇരിക്കുന്നു.

കേളുക്കുറുപ്പ്: അർഹതപ്പെട്ടത് ദേവി കൊടുത്തൂന്ന് കരുത്യാ മതി.

നാരായണൻനായർ മൗനം.

കേളുക്കുറുപ്പ്: പാലമരച്ചോട്ടിലാ. ദാമോദരനാന്ന് തിരിച്ചറിയേ ഇല്ല. കഠാരി നെഞ്ചില് തന്നെയുണ്ട്.

നാരായണൻനായർ മേശവലിപ്പു തുറന്നുനോക്കുന്നു. കഠാരി കാണുന്നില്ല. അയാളുടെ മുഖത്തു ഭയം നിറയുന്നു. പെട്ടെന്നയാൾ കുനിഞ്ഞ് മേശവലിപ്പിന്റെ ഉള്ളിലേക്കു കൈ പായിക്കുന്നു. ഉരുണ്ടുപിരണ്ട് നാരായണൻനായരുടെ കാഴ്ചയിലെത്തുന്ന കഠാരി. അയാൾക്ക് ആശ്വാസം. ഒരു ദീർഘനിശ്വാസം.

കേളുക്കുറുപ്പ്: പൈതൽനായർ കൊല്ലിച്ചതാന്നാ കേൾവി. കിട്ടണം. ലോകം പിടിച്ചടക്കാൻ എല്ലാരേം ചവിട്ടിമെതിച്ച് ഈ ഇറയത്ത്ന്ന് പോയതല്ലേ?

അസ്വസ്ഥനായി നാരായണൻനായർ: നിർത്ത്.

കേളുക്കുറുപ്പ്: നിങ്ങക്കോർമ്മ കാണില്ല. മുട്ടിലെഴയാൻ തുടങ്ങുമ്പം ദാമോദരൻ ഇവ്ടെയെത്തിയതാ. അവന്റമ്മേടൊപ്പം. സ്വന്തം മോനേയും അവനേയും വേർതിരിച്ചു കണ്ടിട്ടില്ല നിങ്ങടച്ഛൻ.

എഴുന്നേറ്റ് വാതില്ക്കലേക്കു നടക്കുന്ന നാരായണൻനായർ: മതി കുറുപ്പേ, പഴമ്പുരാണം.

സീൻ 22

മധ്യാഹ്നം.

പുഴക്കരയിലൂടെ നടക്കുന്ന നാരായണൻനായർ. പിന്നിൽനിന്ന് ഒന്നു നീട്ടിവിളിച്ച് ഉഷാറായി നടന്ന് നാരായണൻനായരുടെ അടുത്തെത്തുന്ന ആമിൻ മുഹമ്മദാലി: എന്താ നായരേ? കിനാവിലാ ഇങ്ങള് നടക്കുന്നേ. ഏ-? എത്ര ബിളി ബിളിച്ചു.

നാരായണൻനായർ ആമിനെ നോക്കുന്നു. സൗഹൃദത്തിന്റെ ചെറിയ ചിരി മാത്രം.

ആമിൻ: ദൂരേക്കാ–?

നാരായണൻനായർ: കണ്ണൂർക്ക്. വക്കീലിനെ ഒന്നു കാണണം.

ആമിൻ: അതു നന്നായി. ഒരു കരുതലെടുക്കുന്നതു നല്ലതാ.

പൊരുളറിയാതെ ആമിനെ നോക്കുന്ന നാരായണൻനായർ.

ആമിൻ: കഠാരിയായി നായര് ഓന്റെ പിന്നാലെ പായുന്നതു കണ്ടോരുണ്ട്.

ഞെട്ടിത്തെറിച്ച് നാരായണൻനായർ: മമ്മദാലീ...

ആമിൻ: പേടിക്കണ്ട. നമ്മളൊക്കെ ഇല്ലേ, നായരേ. വക്കീലിനോടു ചോയിച്ച് രണ്ടു ദിവസം എങ്ങോട്ടെങ്കിലും മാറിനിക്ക്.

ഭയം നിറയുന്ന മുഖവുമായി അകലെ നോക്കിനില്ക്കുന്ന നാരായണൻനായർ. നോട്ടത്തിൽ തെളിയുന്ന പൈതൽനായരുടെ ബംഗ്ലാവ്. പുറത്തുതട്ടി ആശ്വസിപ്പിക്കുന്ന ആമിൻ മുഹമ്മദാലി: പടച്ചോൻ എല്ലാം കാണ്ന്ന്ണ്ട് നായരേ. ഇങ്ങള് ബേജാറാവാണ്ട് നിക്ക്.

സീൻ 23

പാതിരാവ്

കിടപ്പറ. നാരായണൻനായരും സുഭദ്രാമ്മയും കിടന്നുറങ്ങുന്നു. നായർ തിരിഞ്ഞുകിടക്കുന്നു. പുറത്തുനിന്ന് അകത്തേക്കു വരുന്ന മട്ടിൽ കേൾക്കുന്ന മെതിയടിയൊച്ച. നാരായണൻനായർ കണ്ണുകൾ തുറന്നു പിടിച്ചു ശ്രദ്ധിക്കുന്നു. മെതിയടിയൊച്ച തൊട്ടടുത്തെത്തിയ നിമിഷം തലയണക്കീഴിൽ കൈപായിച്ചു. കഠാരിയുടെ പിടിയിൽ നാരായണൻ നായർ കൈമുറുക്കുന്നു.

സീൻ 24

പകൽ.

നാരായണൻനായരുടെ വീട്ടുമുറ്റം. കസേരകളിൽ ഇരിക്കുന്ന രണ്ടു പോലീസുകാർ. ചെമ്പുപാത്രങ്ങൾക്കും വാർപ്പുകൾക്കും കുട്ടകങ്ങൾക്കും മറ്റ് അനേകം പഴയ വീട്ടുസാധനങ്ങൾക്കും ഇടയിൽ കൈയിലൊരു കടലാസുമായി ആമിൻ മുഹമ്മദാലി. അയാൾ എന്തൊക്കെയോ കുറിച്ചെടുക്കുന്നുണ്ട്. അയാളുടെ മുഖത്തു വിഷമമൊന്നുമില്ല. പോലീസുകാർ മുറുക്കിത്തുപ്പിയും പുകവലിച്ചും സൊറപറഞ്ഞിരിക്കുകയാണ്.

കോലായിൽ ആനക്കസേരയിൽ മുന്നോട്ടു കുനിഞ്ഞിരിക്കുന്ന നാരായണൻനായർ. കൈകൾ ആനക്കസേരയുടെ നീളമുള്ള കൈകളിൽ അമർന്നു ത്രസിക്കുന്നുണ്ട്. അവസാനത്തെ സാധനവുമായി മുറ്റത്തേക്കിറങ്ങുന്ന രണ്ടു കൂലിക്കാർ. അതൊരു വലിയ കടഞ്ഞെടുത്ത അഴികളുള്ള മരത്തൊട്ടിലാണ്.

ആമിൻ: വക്കീൽ ഫീസിനു നോട്ടീസ് വന്നപ്പൊ ഇങ്ങള് അനങ്ങീല്ല. ഇപ്പൊ എന്തായി?

പിള്ളത്തൊട്ടിലടക്കം കുഞ്ഞപ്പവക്കീലിനായി... ബാക്കിയുള്ളതുംകൂടി മിഴുങ്ങുന്നതിനുമുമ്പെ ഇങ്ങളാ പൈതൽനായരുമായി ഒന്നു പൊരുത്തം കൂട്–

വാതിലിന്റെ മറവിൽനിന്ന് ഉയരുന്ന സുഭദ്രാമ്മയുടെ വിങ്ങിക്കരച്ചിൽ. അവരുടെ കൺമുന്നിൽ ഒരു തൊട്ടിലാടുകയാണ്. അതിൽ ഒരു കുഞ്ഞിളം പൈതൽ – അപ്പു.

സീൻ 25

വൈകുന്നേരം.

വീട്ടുകോലായ. ആനക്കസേരയിൽ ചാഞ്ഞിരിക്കുന്ന നാരായണൻനായർ. അരികിൽ വീർത്ത മുഖവുമായി നില്ക്കുന്ന സുഭദ്രാമ്മ. അകത്തുനിന്ന് ഇറങ്ങിവരുന്ന കേളുക്കുറുപ്പ്: ഒക്കെ വെളുത്തുകിട്ടി. ല്ലേ?

സുഭദ്രാമ്മയും നാരായണൻനായരും മൗനം.

കേളുക്കുറുപ്പ്: എന്നാലും – ആമീൻ മമ്മദാലി. മ്ഹും. പഠിക്കാൻ ഗതീല്ലാതെ ഈ വീട്ടുമുറ്റത്തു വന്ന് കരേന്ന മൊട്ടച്ചെക്കനാ മനസ്സിലിപ്പൊഴും. ഇവ്ട്ന്ന് ഓനേം ഗതിപിടിപ്പിച്ചു. എന്നിട്ടിപ്പൊ–

ആലോചനയിലാണ് നാരായണൻനായർ. സുഭദ്രാമ്മയും മൗനത്തിലാണ്.

കേളുക്കുറുപ്പ്: ഓനും കുത്തി. പൈതൽ നായർ ഓനേം പിടികൂടി. പൈതൽനായർ എന്ന പേരു കേട്ടപാടെ ഭയപ്പാടോടെ സുഭദ്രാമ്മയെ നോക്കുന്ന നാരായണൻനായർ. പിന്നെയാ നോട്ടം തെന്നിത്തെന്നി വയലിലേക്കിറങ്ങുന്ന വഴിയിലേക്ക്.

സീൻ 26

രാത്രി.

ഓഫീസ്മുറി. അലമാരയും ഫർണീച്ചറും ഒന്നുമില്ല. വെറും നിലത്തു ചുമരും ചാരിയിരിക്കുന്ന നാരായണൻനായർ. കണ്ണുകളിൽ നിറയെ ഭീതി.

നാരായണൻനായരുടെ വലതുഭാഗത്തു കുറേ രേഖകൾ. അതിനരികിൽ ഉറയൊന്നുമില്ലാത്ത കഠാരി.

ഓഫീസ് വാതില്ക്കൽ സുഭദ്രാമ്മ. കഠാരിയുടെ മേൽ മുദ്രപ്പത്രങ്ങൾ നീക്കിയിടുന്ന നാരായണൻനായർ. വാതില്ക്കലേക്കു നീളുന്ന തുറിച്ചു നോട്ടം ശ്രദ്ധിക്കാതെ സുഭദ്രാമ്മ: ആ കുറുപ്പമ്മാമൻ എവ്ടെ പോയോ എന്തോ? രണ്ടീസമായി കണ്ടിട്ട്.

നാരായണൻനായർ മൗനം. നോട്ടത്തിനും ഭാവത്തിനും മാറ്റമില്ല.

സുഭദ്രാമ്മ: പണ്ടിവിടെ തെണ്ടിത്തിരിഞ്ഞു നടന്ന് കൊക്കും പൂടേം വളർന്ന കഥ പൈതൽനായര് മറന്നെങ്കില് അതോർമ്മിപ്പിക്കണംന്ന് പറഞ്ഞ് ഇറങ്ങിപ്പോയതാ.

പൈതൽനായരുടെ പേരു കേട്ടപ്പോൾ നോട്ടം കുറേക്കൂടി ഭീതിനിറഞ്ഞതാകുന്നു. രേഖമേൽ അമരുന്ന വലതുകൈ. സുഭദ്രാമ്മ ഭർത്താവിനെ ശ്രദ്ധിക്കുകയാണ്.

സുഭദ്രാമ്മ: ഒറങ്ങാഞ്ഞിട്ടാ. രണ്ടീസായി ഞാന് ശ്രദ്ധിക്കുന്നുണ്ട്. കുറുപ്പമ്മാവൻ വന്നാ ആ ഹോമിയോപ്പതീ...

നാരായണൻനായർ കൈകൊണ്ടു 'പോ' 'പോ' എന്ന് ആംഗ്യം കാട്ടുന്നു. സംശത്തോടെ തിരിഞ്ഞുനില്ക്കുന്ന സുഭദ്രാമ്മ: പോയേക്കാം. ഞാൻ കഞ്ഞി എടുക്കട്ടെ.

വീട്ടിലേക്കു മുറ്റം കടന്നു നടന്നുപോകുന്ന സുഭദ്രാമ്മ. വാതില്ക്കലേക്കു ഭീതിയോടെ നോക്കുന്ന നാരായണൻനായർ. അയാളുടെ കൈ രേഖകൾക്കുള്ളിലെ കഠാരിയുടെ കൈപ്പിടിയിലാണ്.

സീൻ 26A

രാത്രി.

നാരായണൻനായരുടെ വീട്ടുവാതില്ക്കൽ രണ്ടു പോലീസുകാർ. ഒരാളുടെ കക്ഷത്തിൽ നീളത്തിൽ മടക്കിയ കടലാസ്. വാറണ്ടാണ്. അധികാരഭാവത്തിൽ, അടഞ്ഞുകിടക്കുന്ന വാതിലിൽ മുട്ടുന്ന പോലീസുകാരൻ.

സീൻ 27

ഓഫീസ്മുറി. ചുമരിൽ പഴയപടി ചാരിയിരിക്കുന്ന ഭയവിഹ്വലനായ നാരായണൻനായർ. വീട്ടുവാതില്ക്കലെ മുട്ടുകേട്ടു ഞെട്ടിത്തെറിക്കുകയാണ് അയാൾ. രേഖകളുടെ അടിയിലൊളിപ്പിച്ച കഠാരി വലിച്ചെടുത്ത് നാരായണൻനായർ ചാടി എഴുന്നേല്ക്കുന്നു. വാതിൽ തുറക്കുന്നു.

ശബ്ദംകേട്ടു പോലീസുകാർ തിരിഞ്ഞുനോക്കുമ്പോൾ കഠാരിയുമായി ഓഫീസിന്റെ അരികിലൂടെ ഓടിമറയുന്ന നാരായണൻനായർ. കരിയിലകൾ ഞെരിയുന്ന ഒച്ച. നായ്ക്കളുടെ കുര. കുറുക്കന്റെ ഓലിയിടൽ.

സീൻ 28

പാതിരാവ്.

പൈതൽനായരുടെ മാളികവീടിന്റെ സ്റ്റെപ്പുകൾ ചാടിക്കയറുന്ന നാരായണൻനായർ. കൈയിൽ നീട്ടിപ്പിടിച്ച കഠാരി. മാളികമുറ്റത്തു നിന്നു കൊലവിളി നടത്തുന്ന നാരായണൻനായർ: പൈതൽനായരേ... ഇറങ്ങി വാടാ... പട്ടീ...

മാളികവീടിന്റെ മേൽനിലയിൽ വെളിച്ചം. ഏണിപ്പടികളിൽ മെതിയടിയൊച്ച. വരാന്തയിലേക്കു കഠാരിയും നീട്ടി പാഞ്ഞുകയറുന്ന നാരായണൻനായർ.

മലർക്കെ തുറക്കുന്ന വാതിൽ. വാതിലിനു നേരെ ചാടിയെത്തി കഠാരി വീശുന്ന നാരായണൻനായർ. വാതില്ക്കൽ ഒരു നിമിഷം മാത്രം പ്രത്യക്ഷപ്പെടുന്ന സെറ്റുടുത്ത ചന്ദനക്കുറി വരച്ച പ്രൗഢയായ സ്ത്രീരൂപം. അവരുടെ വയറ്റിലേക്കു നീളുന്ന കഠാരി. ചീറ്റിത്തെറിക്കുന്ന ചോര നാരായണൻനായരുടെ ഉടുപ്പിലും മുഖത്തും പടർന്നിട്ടുണ്ട്. വയറിൽ അമർത്തിപ്പിടിച്ച് 'ന്റമ്മേ' എന്നു നിലവിളിക്കുന്ന സ്ത്രീ പെട്ടെന്നു വാതിൽ കൊട്ടിയടക്കുന്നു. നാരായണൻനായരുടെ ഇടതുകാൽ വാതിലിനിടയിൽ. അയാൾ വലിയൊരു നിലവിളിയോടെ കാൽ വലിച്ചെടുത്തു മുടന്തി മുടന്തി തിരിഞ്ഞോടുകയാണ്.

വെളിച്ചം ഒന്നൊന്നായി തെളിയുന്നു. മാളികവീട് പ്രഭാപൂരത്തിൽ. അതിൽനിന്നുയരുന്ന ആക്രോശങ്ങൾ കൊലവിളികൾ... ഓടെടാ... ഓട്... പിടിക്കവനെ... വിടല്ലേ... കൊല്ലവനെ... കൊല്ല്...

നീണ്ട സ്റ്റെപ്പുകൾ ഇറങ്ങി ഏന്തിവലിഞ്ഞോടുന്ന നാരായണൻനായർ. പിറകിൽ ആയുധങ്ങളും തീപ്പന്തങ്ങളുമായി പുരുഷാരം. നേതൃത്വം കൊടുക്കുന്ന കരുണന്റെ പരുഷമുഖം ഏറ്റവും മുന്നിലുണ്ട്.

സീൻ 28A

തെങ്ങിൻതോപ്പിലൂടെ, വാഴക്കൂട്ടങ്ങളുടെ ഇടയിലൂടെ, പൊന്തക്കാടുകളുടെ ഇടയിലൂടെ മാറിമാറി ഓടുന്ന നാരായണൻനായർ. പിറകിൽ തീവെട്ടികളുമായി പിന്തുടരുന്ന പുരുഷാരം. അവരുടെ കൊലവിളികൾ, അട്ടഹാസങ്ങൾ...

സീൻ 29

പാതിരാവ്.

ഇടിഞ്ഞുപൊളിഞ്ഞ കാവിന്റെ അകം. ചുറ്റും കുറ്റിച്ചെടികൾ. പൊട്ടിപ്പൊളിഞ്ഞ വാതിൽ തുറന്ന് കഠാരിയുമായി ചുമരിലേക്കു തെന്നിത്തെറിച്ച് കുഴഞ്ഞുവീഴുന്ന നാരായണൻനായർ. കാർമേഘങ്ങൾ മൂടിമറയുന്ന ശോഷിച്ച, തേങ്ങാപ്പൂളുപോലെ വിളറിയ ചന്ദ്രൻ. ആകാശത്തിലേക്കു നോക്കി കിതപ്പകറ്റാൻ പാടുപെടുന്ന നാരായണൻനായർ. കെട്ടടങ്ങിയ കൊലവിളികളും ആക്രോശങ്ങളും വീണ്ടും ഉയരുകയായി. ചുമരും ചാരിക്കൊണ്ടുതന്നെ ആയാസപ്പെട്ട് എഴുന്നേറ്റ് കഠാരി മുറുകെപ്പിടിച്ച് ഏന്തിവലിഞ്ഞ് കാവിന്റെ വാതിൽക്കൽനിന്നു കഠാരി നീട്ടിപ്പിടിച്ച് ആക്രോശിക്കുന്ന നാരായണൻനായർ: വാടാ നായ്ക്കളേ... എല്ലാരും വാ... പൈതൽനായരും വാടാ... കൊടല്മാല ഞാൻ... വാടാ... വാ...

സർവ്വത്ര നിശ്ശബ്ദം. മറുമൊഴിയായി ചീവീടുകളുടെ ഹുങ്കാരം. കാറ്റിന്റെ ക്ഷീണിച്ച മൂളൽ. പൊടുന്നനെ നാരായണൻനായരുടെ ചുമലിൽ ഒരു കൈവന്നുവീഴുന്നു. നാരായണൻനായർ ഞെട്ടിത്തെറിച്ച് കഠാരി ചൂണ്ടുന്നു. കാവിനകത്തു പുഞ്ചിരിച്ചുകൊണ്ടുനില്ക്കുന്ന കൊല്ലൻ. നീട്ടിയ കഠാരി ഏറ്റുവാങ്ങി കൊല്ലൻ നാരായണൻനായരെ അനുതാപപൂർവ്വം നോക്കുന്നു. അതിലെ ചോരപ്പൊട്ടുകൾ കൈവിരലുകൾകൊണ്ടു തുടച്ച് നാരായണൻനായരുടെ മുഖത്തേക്ക് എറ്റിത്തെറിപ്പിക്കുന്നു. പഴയ കൊല്ലന്റെ രൂപത്തിൽ മാറ്റമൊന്നുമില്ലെങ്കിലും അയാളുടെ ഭാവം തികച്ചും വ്യത്യസ്തമാണ്.

കഠാരി കരുതലോടെ നോക്കിക്കൊണ്ട് കൊല്ലൻ: നിങ്ങൾക്കിതൊന്നും വേണ്ടെന്നു ഞാൻ അന്നേ പറഞ്ഞതാ. കേട്ടില്ല.

നാരായണൻനായരുടെ കിതപ്പിലമർന്ന ദീർഘനിശ്വാസം. അവിശ്വാസത്തോടെ നാരായണൻനായർ: കഴിഞ്ഞമേടത്തിൽ നിങ്ങളല്ലേ മരിച്ചത്?

കൊല്ലൻ: എല്ലാവരും മരിച്ചവർതന്നെ.

കൊല്ലന്റെ നിശ്വാസം. അർത്ഥവത്തായ മൂളൽ. ആകെ പരവശനായി കുഴഞ്ഞുവീഴാൻ പോകുന്ന നാരായണൻനായർ: ആ പൈതൽ നായർ...!

കഠാരി നാരായണൻനായരുടെ കൈയിലേല്പിച്ച് തീരെ നിസ്സംഗനായി കൊല്ലൻ: ചത്തവനെ വീണ്ടും കൊല്ലാനൊക്കില്ല. ഏതു കഠാരി കൊണ്ടായാലും.

തളർന്നൊടിഞ്ഞ് ദീനമായ ഒരു നിലവിളിയോടെ കൊല്ലന്റെ നെഞ്ചിലേക്ക് ഒടിഞ്ഞുകുത്തിവീഴുന്ന നാരായണൻനായർ.

ടി. പത്മനാഭന്റെ കഥ
ടി.എൻ. പ്രകാശിന്റെ തിരനാടകം

സീൻ 30

പ്രഭാതം. പുഴയിലെ ഓളങ്ങളിൽ തെളിയുന്ന പുലർകാലസൂര്യന്റെ ശോണകിരണങ്ങൾ.

സീൻ 31

പകൽ.

പൈതൽനായരുടെ മാളികവീട്ടിലേക്കുള്ള സ്റ്റെപ്പുകൾ. കുറുകെ അല്പം ചരിഞ്ഞ് സ്റ്റെപ്പുകളിൽ മരിച്ചുകിടക്കുന്ന നാരായണൻനായർ. വലതുകൈപ്പിടിയിലെ കഠാരിയുടെ വായ്ത്തല സൂര്യരശ്മിയേറ്റ് തിളങ്ങുന്നുണ്ട്.

തൊട്ടുമുകളിലെ സമനിരപ്പിൽ കൂട്ടംകൂടി നില്ക്കുന്ന കുറേ ആളുകൾ. അവരുടെയൊക്കെ കണ്ണുകളിൽ സഹതാപം. വാതില്ക്കൽ ഒരു നോക്കു മാത്രം കണ്ട സെറ്റുടുത്ത ചന്ദനക്കുറിയണിഞ്ഞ സ്ത്രീയുണ്ട്. അവർക്കുചുറ്റും പരിചാരികകളെപ്പോലെ തോന്നിക്കുന്ന മൂന്നാലു സ്ത്രീകൾ. പുരുഷന്മാരുടെ മുന്നിൽ കരുണന്റെ ദീനമുഖം.

പ്രൗഢയായ സ്ത്രീ: പാതിരായ്ക്കു വാതിലിനു മുട്ടുകേട്ടു. വാതിൽ തുറന്നുനോക്കിയപ്പോ, പാവം പേടിച്ചു നിലവിളിച്ച് ഓടുന്നതു കണ്ടു. കഷ്ടം...

പുളച്ചൊഴുകുന്ന പുഴയിലെ ഓളങ്ങൾ നിശ്ചലമാകുന്നു.

■